શાંત સાહસના પડઘા

પરિવારના અસાધારણ સંઘર્ષો

હિનાલી દુધાણે

"Connect the Vision"
Nexus Stories Publication
Bharata

NEXUS STORIES PUBLICATION®
Surat, Gujarat, India.

Title – શાંત સાહસના પડઘા

First Published by Nexus Stories Publication 2025

ISBN # 978-93-47491-20-7

Publication
Nexus Stories Publication®, Surat (Gujarat), Bhārata
https://nexus-stories.com # +91 87800 80718

સમર્પણ

મારા પા અને મોટા પા,

જેમણે મને શીખવ્યું કે પ્રેમ સૌથી મજબૂત ત્યારે હોય છે જ્યારે તે મૌન રહે છે, ત્યાગ સૌથી પ્રભાવશાળી ત્યારે હોય છે જ્યારે તે અણદેખ્યો રહી જાય છે, અને પરિવાર જ તે ખજાનો છે જે ક્યારેય ફીકો પડતો નથી.

મારી મોટી મા અને મા,

જેમની દૃઢતા, ગરિમા અને અગણિત બલિદાન મારી જિંદગીનો આધાર બન્યા.

મારા દાદા-દાદી,

અમારા પારિવારિક વૃક્ષના મૂળ, જેમણે અમને ધૈર્ય, સંસ્કાર અને સાથે રહેવાનો અર્થ શીખવ્યો.

મારા ભાઈ-બહેનો,

જેઓ દરેક વાવાઝોડા અને તડકામાં મારી સાથે ચાલ્યા, અને યાદ અપાવ્યું કે અવ્યવસ્થામાં પણ પ્રેમ અમને અતૂટ બનાવી રાખે છે. અને મારા પૂરો પરિવાર, જેમણે મને સંભાળી, મને ઠીક કરી, અને શીખવ્યું કે કોઈ પણ લડાઈ ભારે નથી હોતી જ્યારે ખભા સાથે હોય.

આ પુસ્તક, આપ સૌની છે.

***

શુભેચ્છા સૂચક શબ્દ

નિતિન કે. ઓઝા દ્વારા

(ભારતીય કમ્પ્યુટર સોસાયટી-સુરતના ભૂતપૂર્વ ઉપાધ્યક્ષ અને સુરત મેનેજમેન્ટ એસોસિએશનના પ્રમુખ)

આ પુસ્તક માટે પ્રસ્તાવના લખવી, જે હિનાલી દ્વારા આટલી નિષ્ઠાથી આકાર આપવામાં આવ્યું છે, તે મારા માટે એક વિશેષાધિકાર છે.

આ માત્ર એક સંસ્મરણ (memoir) નથી. આ શબ્દોમાં કેદ થયેલી એક દિલની ધડકન છે.

આ પાનાઓમાં, આપણે બે ભાઈઓને જોઈએ છીએ જેઓ બીમારી, નુકસાન અને અકલ્પનીય મુશ્કેલીઓમાંથી પસાર થતાં જોડિયા સ્તંભોની જેમ અડગ ઊભા રહ્યા, જેમણે બદલામાં કશું માંગ્યા વિના સાહસપૂર્વક પોતાના પરિવારને થામી રાખ્યો.

દરેક પ્રકરણ હૂંફ, સત્ય અને એક શાંત તાકાત ધરાવે છે જે વાંચ્યા પછી લાંબા સમય સુધી જળવાઈ રહે છે.

આ પુસ્તક ફક્ત એક વાર્તા નથી કહેતું, તે આપણને યાદ અપાવે છે કે પ્રેમ કેવી રીતે ટકી રહે છે, પરિવાર કેવી રીતે અડીખમ રહે છે.

***

પુસ્તક વિશે

'શાંત સાહસના પડઘા' એ એક એવા ઘરની વાર્તા છે જે સંપત્તિથી નહીં, પણ પ્રેમથી ટકી રહ્યું છે. જ્યારે ઘરમાં સંકટ આવ્યું લકવો (paralysis), કેન્સર, નુકસાન અને અનિશ્ચિતતા ત્યારે બે ભાઈઓ એવા સ્તંભોની જેમ અડગ ઊભા રહ્યા, જેને કોઈ તોફાન તોડી શક્યું નહીં.

આ પુસ્તક સ્ત્રીઓની શાંત તાકાત, બાળકોની વહેલી પરિપક્વતા અને એક એવા ભાઈચારાને પ્રગટ કરે છે જે જીવનરેખા (lifeline) બની જાય છે. તે એક યાદ અપાવે છે કે ભલે જીવનમાં અંધારું છવાઈ જાય, પણ એક પ્રકાશ આવનારી પેઢીઓને આગળ માર્ગદર્શન આપી શકે છે.

***

પ્રસ્તાવના: તે સંબંધ જેણે મને બનાવ્યો

"કેટલાક લોકો કિસ્મતથી બને છે, કેટલાક વિશ્વાસથી. પણ સૌથી ભાગ્યશાળી તે હોય છે જે પ્રેમથી બને છે, તે શાંત પ્રેમ, અટલ પ્રેમ, જે દેખાવાની માંગ નથી કરતો, પણ હંમેશા તમને થામી રાખે છે."

કેટલાક લોકોને તેમના માતા-પિતા ઉછેરે છે, કેટલાકને પરિસ્થિતિઓ.

મને ઉછેરી એક સંબંધે, મારા પપ્પા અને મારા મોટા પપ્પાની વચ્ચેના તે અતૂટ, સાચા અને નિઃસ્વાર્થ બંધને.

તે બંને સગા ભાઈ છે, પણ તેમનો સંબંધ માત્ર લોહીનો નથી. આ પ્રેમનું જીવંત ઉદાહરણ છે, એવો પ્રેમ જેમાં અહંકાર નથી, એવો સહારો જેમાં કોઈ અપેક્ષા નથી, અને એવી તાકાત જે ક્યારેય દેખાડો નથી કરતી. તેમણે ક્યારેય નાયક બનવાની કોશિશ નથી કરી, પણ મારી નજરોમાં તે હંમેશાથી નાયક રહ્યા છે.

હું મારા પિતાને "પા" કહું છું. અને તેમના મોટા ભાઈને, જે મારા માટે હંમેશા બીજા પિતાની જેમ રહ્યા છે, "મોટા પા". મોટા પા બધા ભાઈઓમાં મોટા છે, શાંત, સંયમી, વટવૃક્ષ જેવા મજબૂત, જેમના મૂળ સૌથી ભયંકર તોફાનમાં પણ ધરતીને થામી રાખે છે. પા નાના છે, નદી જેવા, જે નિરંતર વહેતા રહે છે, હંમેશા કંઈક કરે છે, હંમેશા કંઈક આપે છે, અને જેમની ઊર્જા ક્યારેય ખતમ નથી થતી.

એક જડ છે, જે થામી રાખે છે.

એક પ્રવાહ છે, જે આગળ વધારે છે.

બંનેએ મળીને તેમણે એવો સંબંધ બનાવ્યો જેણે ન ફક્ત મારી જિંદગીને આકાર આપ્યો, પણ અમારા પૂરા પરિવારની આત્માને પણ ઘડી.

તેમણે મને તે વાતો શીખવી જે કોઈ શાળા કે પુસ્તક નથી શીખવી શકતી,

- કેવી રીતે પ્રેમને કર્મોથી વ્યક્ત કરવો,
- કેવી રીતે લડ્યા વિના તૂટ્યા વિના રહેવું,
- અને કેવી રીતે એવા મૂલ્યો સાથે જીવવું જે દર્દથી પણ લાંબા ટકે છે.

આ પુસ્તક તેમની સફર વહેંચવાનો મારો પ્રયાસ છે,

બે સાધારણ પુરુષોની અસાધારણ વાર્તા,

એક પરિવાર, ત્યાગ અને શક્તિની વાર્તા.

એક એવી વાર્તા જેને દુનિયાએ સાંભળવી જોઈએ.

કારણ કે આજે જ્યાં સંબંધો નબળા પડી રહ્યા છે અને સ્વાર્થને પુરસ્કાર મળી રહ્યો છે, ત્યાં મારા પા અને મોટા પા મને, અને કદાચ તમને પણ, આ યાદ અપાવે છે કે સાચો પ્રેમ હજી પણ મોજૂદ છે, અને તેની શરૂઆત ઘરથી થાય છે.

તો આ રહ્યું, ફક્ત એક વાર્તા નહીં, પણ એક દિલથી કરાયેલું સમર્પણ.

કલ્પના નહીં, પણ સચ્ચાઈ, પ્રેમ અને વિરાસતનું પ્રતિબિંબ.

એક સન્માન, તે અતૂટ બંધનને, જેણે મને બનાવી.

***

અનુક્રમણિકા

પ્રકરણ ૧. મજબૂત મૂળિયાં ક્યારેય આરામથી નથી ઉગતા

“શું તમે ક્યારેય વિચાર્યું છે કે મજબૂત મૂળ કેવી રીતે બને છે? તે આરામની નરમ, ઢીલી માટીમાં નથી ઉગતાં. તે તો સંઘર્ષની પથ્થર જેવી ધરતીને ચીરીને બહાર આવે છે, સન્માનના અવિરત વરસાદથી સિંચાય છે, અને મૌન સહનશક્તિની એ ધુપમાં પાકે છે, જે બહારથી નહીં પરંતુ અંદરથી આવે છે.”

કલ્પનાના પંખો પર સવાર થઈને મારી સાથે ચાલો ગુજરાતની એ જાદુઈ ધરતી પર એવી ધરતી જ્યાં સવારનું આગમન કોઈ કોમળ, દૈવી સંગીતની માફક થાય છે. જ્યાં મંદિરોમાંથી આવતી ઘંટીઓની મધુર ગૂંજ કાનમાં મીઠાશ ઘોળે છે, જાણે સ્વયં ઈશ્વર તમને નવા દિવસ માટે જાગૃત કરી રહ્યાં હોય. જ્યાં સાંજ શંખની પવિત્ર ધ્વનિના તાલ પર ધીમે ધીમે ઉતરે છે, અને અસ્ત થતા સુરજની કેસરી આભા આખા આકાશને ભક્તિના રંગમાં રંગી દે છે. હવામાં ભળેલી હળદરની તીક્ષ્ણ, પવિત્ર સુગંધ અને ચંદનની શીતળ, શાંત મહેક મળી એક અદૃશ્ય માળા ગૂંથે છે, જે દરેક શ્વાસ સાથે તમને ઈશ્વરનાં વધુ નજીક લઈ જાય છે.

મારા દાદા-દાદીના ત્રણ દીકરા હતા, તમામ સાફ દિલના; બધાને ધૈર્ય, ઇજ્જત અને પોતાનાપણાના એક જ રંગમાં ઉછેરવામાં આવ્યા હતા. તેમનામાંથી ત્રીજા, મારા નાના કાકા, મારા દિલની બહુ નજીક છે. તે બહુ નરમ સ્વભાવના, ધીમું બોલનારા અને દિલથી બેહદ પ્રેમ કરનારા માણસ છે. લગ્ન પછી તે પોતાના પરિવાર સાથે અલગ ઘરમાં વસી ગયા, પણ અમારા સંબંધમાં હંમેશા તે જ પ્રેમ અને આદર જળવાઈ રહ્યો.

આ પવિત્ર માટી જે સોનું-ચાંદીથી નહીં, પરંતુ જ્ઞાન, સંસ્કાર અને અતૂટ પ્રેમના ખજાનાથી ભરપૂર હતી, તેમાં મારા પરિવારના મૂળો ઊંડે સુધી સમાઈ ગયાં. આ કોઈ રાજા-મહારાજાઓની વાર્તા નથી. આ તો એવા સામાન્ય લોકોની અસાધારણ ગાથા છે, જેમણે પોતાની સાદગીને પોતાની શાન બનાવી અને પોતાના સંઘર્ષને પોતાની ઓળખ બનાવી. શું તમે મારી સાથે આ ભાવનાત્મક સફરે નીકળશો? આવો, એ દુનિયામાં જ્યાં દરેક શ્વાસમાં એક પડકાર હતો, પરંતુ દરેક પડકારને વહાલથી સ્વીકારી લેતું પ્રેમ એ પડકારથી અનેક ગણું મોટું હતું...

પણ તે સફર જે મેં સૌથી નજીકથી જોઈ, જેની વચ્ચે હું મોટી થઈ, તે મારા પપ્પા અને મોટા પપ્પાનો હતો, કારણ કે અમે વર્ષો સુધી એક જ છતની નીચે રહ્યા. આ પુસ્તક તે જ વાર્તાની તસવીર છે જે મેં દરરોજ જોઈ અને મહેસૂસ કરી, જ્યારે પરિવારની તે ત્રીજી અનમોલ ડાળી માટે પણ દિલમાં તેટલો જ પ્રેમ છે.

મારા દાદા, એક એવા માણસ હતા જેમનું સમગ્ર અસ્તિત્વ કર્તવ્યને સમર્પિત એક શાંત કવિતા સમાન હતું. બહારની દુનિયા માટે, તેઓ સ્થાનિક બેંકમાં એક સામાન્ય ક્લાર્ક હતા, એક સાધારણ આવક ધરાવતા અને ભવ્ય પદવીઓ વગરના સામાન્ય માણસ. પરંતુ તેમની દિનચર્યાની આદતોમાં, તેમના સાદા જીવનની અડગ લયમાં, તેઓ પોતાની આત્મા પર શાસન કરનારા એક રાજા જેવું શાંત અને ગહન ગૌરવ ધરાવતા હતા, જેમનું તાજ તેમના માથા પર બંધાયેલી શિસ્તની અદૃશ્ય પાઘડી હતી.

તેમની દરેક સવાર જાણે કોઈ અનુષ્ઠાન જેવી હતી. સૂર્યની પ્રથમ કિરણ જ્યારે બારીમાંથી ઝાંખીને અમારા નાનકડા ઘરને પ્રકાશિત કરતી, ત્યારે દાદા તો પલંગ છોડી ચૂક્યા હોય. તેમના દિવસની શરૂઆત પ્રાર્થનાથી થતી એક શાંત સંવાદ, જે તેઓ પોતાના ઈશ્વર સાથે કરતા. પછી શરૂ થતી તેમની દિનચર્યાની ઘડિયાળ. એવી ઘડિયાળ, જેના કાંટા ક્યારેય એક ક્ષણ માટે પણ અટકતા નહોતા.

તેમના ઇસ્ત્રી કરેલા કપાસના શર્ટ જેના કોલર સમય સાથે થોડા ઘસાઈ ગયા હતાં, પરંતુ જેમા ક્યારેય એક પણ કરચલી પડતી નહોતી. તેઓ એક પછી

એક બટન લગાવતા, જાણે કોઈ સિપાહી યુદ્ધ પર જવા પહેલાં પોતાનો કવચ કસતો હોય એમ. પોતાની ચામડાની જૂની થેલી જેનો પટ્ટો ઘણી વાર તૂટી ગયો હતો અને જેને દાદીએ પોતાના હાથોથી સીવ્યો હતો, તે તેઓ ખભા પર લટકાવતા અને પછી, તેઓ પોતાની જંગ લાગેલી, વૃદ્ધ સાયકલ પર સવાર થઈ જતા.

એ સાયકલ... તે માત્ર એક વાહન નહોતી, તે તો અમારા પરિવારના સંઘર્ષની મૌન સાક્ષી હતી. તેની દરેક ચરચર અવાજમાં એક વાર્તા છુપાયેલી હતી. તે બે કિલોમીટરનું અંતર, જે નકશા પર તો નાનું લાગતું હતું, પરંતુ હકીકતમાં તે ધીરજની એક કસોટી હતી.

ક્યારેક ગુજરાતના અનિશ્ચિત ચોમાસામાં એ રસ્તો ઘૂંટણ સુધી કાદવ અને પાણીથી ભરાઈ જતો, અને દાદા પેન્ટ ચડાવીને, સાયકલને ધીમે-ધીમે ખેંચતા આગળ વધતા. ક્યારેક જૂનના તપતા બપોરે, જ્યારે ડામર પીગળવા લાગતો, ત્યારે એ આગ ઉગળતા રસ્તા પર પેડલ મારવું કોઈ તપસ્યા કરતાં ઓછું નહોતું. પરંતુ દાદા? તેઓ ક્યારેય અટક્યા નહીં. તેમની ચાલમાં ન ઉતાવળ હતી, કે ન થાક. એક શાંત, સ્થિર ગતિ જાણે નદી વહેતી હોય એમ.

તેઓ મને ઘણી વાર કહેતા, જ્યારે હું નાની હતી અને તેમની સાયકલના આગળના હેન્ડલ પર બેસીને શાળાએ જતી, “બેટા, આ મુસાફરી માત્ર બેંક પહોંચીને પૈસા કમાવાની નથી,” તેમના અવાજમાં એક ઊંડી ગંભીરતા ભરેલી હતી, “આ તો દરરોજ પોતાની જવાબદારીને સલામ કરવાનો રસ્તો છે, જ્યારે તું પોતાની જવાબદારીનો આદર કરે છે, ત્યારે દુનિયા તારો આદર કરે છે.” શું આ વાત હૃદયની ઊંડાઈને સ્પર્શી જતી નથી? તેમની આંખોમાં એ સમયે તેજ ઝળકતું.

અને જો દાદા ઘરની પાયાની જેમ હતાં, તો દાદી એ પાયા પર ઊભેલી એવી મજબૂત દિવાલ હતી, જેણે દરેક તૂફાન અને આંધીએ આ પરિવારને બચાવ્યો હતો. તેઓ ઘરની સાચી શેરની હતી! તેમના હાથમાં કોઈ જાદુની છડી નહોતી, પરંતુ તેમા ચોક્કસ જાદુ હતો.

સવારની પહેલી ચા થી લઈને રાત્રિના છેલ્લાં વાસણ સુધી, તેમનો આખો દિવસ એક અવિરત યજ્ઞ જેવો હતો. જ્યારે તેઓ લોટ ગુંથતા, ત્યારે એવું લાગતું જાણે તેઓ ફક્ત રોટલી નહીં, પણ પરિવારના દરેક સભ્ય માટે પ્રેમ અને આશીર્વાદ ગુંથી રહ્યા હોય.

તેમની આંગળીઓ જ્યારે કોઈ ફાટેલા કુર્તા પર ચાલતી, ત્યારે તેઓ ફક્ત દોરો નહીં પરોવતાં, પરંતુ સંબંધોના ઉધડેલા ટાંકા પણ મજબૂતીથી સીવતા હતાં. અને જ્યારે બપોરની શાંતિમાં તેઓ પોતાના જૂના દુપટ્ટાઓ પર રંગબેરંગી દોરાથી ગુંથ્યા કરતાં, ત્યારે તેઓ ફૂલ કે પાન નહીં, પણ પરિવારના નાનાં નાનાં સપનાંને આકાર આપી રહ્યાં હતાં. એ દુપટ્ટાં વેચીને મળતા થોડાક પૈસા તેમના નાનાં-મોટા ખર્ચ માટે કોઈ ખજાનાથી ઓછા નહોતાં.

શું તમે ક્યારેય વિચાર્યું છે કે કેવી રીતે એક સાધારણ દેખાતી મહિલા, પોતાના નિઃસ્વાર્થ પ્રેમ અને અડગ ઈચ્છાશક્તિથી એક નાના ઘરને કોઈ મહેલ કરતાં પણ વધુ સુરક્ષિત અને સુંદર બનાવી શકે છે? મારા દાદી એ જ મહિલા હતાં. તેઓ માત્ર પોતાના દીકરાઓની માતા જ નહીં, પણ તેમના પ્રથમ ગુરુ હતાં. તેઓ તેમને શીખવતાં હતાં, "સન્માન ઊંચા અવાજમાં બોલવાથી નહીં, પરંતુ ચૂપચાપ પોતાનું કામ કરવાથી મળે છે. ઘરમાં ઝાડૂ મારવું કોઈ નાનું કામ નથી, તે એ વાતનો પુરાવો છે કે તમે એ ધરતીને પ્રેમ કરો છો જે તમને આશરો આપે છે." તેમના ઘરનો નિયમ હતો કોઈ પણ છોકરો કે પુરુષ એટલો મોટો ન થઈ શકે કે તે પોતાની થાળી જાતે ઉઠાવીને રસોડામાં ન મૂકે અથવા માતાના કામમાં મદદ ન કરે.

ક્યારેક-ક્યારેક જ્યારે તેઓ એકલા બેઠા હોય, ત્યારે તેમની આંખોના ખૂણા ભીના થઈ જતા. તેઓ એ દિવસોને યાદ કરતાં જ્યારે બાળકો માટે નવા કપડાં ખરીદવાને બદલે જૂના કપડાંમાં જ કામ ચલાવવું પડતું હતું. તેઓ કહેતા હતાં, "મેં મારા દીકરાઓને કિંમતી ભેટો કે લક્ઝરી આપી નથી, પણ મેં તેમને જીવનનો એ સાર આપ્યો છે, જે કોઈ દોલત ખરીદી ન શકે. એકબીજાનો સાથ અને કોઈ પણ પરિસ્થિતિમાં ખુશ રહેવાની આવડત." તેમની આ ભાવના આજે પણ મારા હૃદયમાં એક પવિત્ર ધરોહરની જેમ ધબકે છે.

જીવન સાચે જ ઘણું સાદું હતું, પણ આ સાદગી ક્યારેય બેરંગ ન થઈ. હકીકત તો એ હતી કે તહેવારોમાં તો અમારી આ સાદગી જ ઇન્દ્રધનુષી રંગોમાં ખીલી ઊઠતી હતી! ત્યારે એવું લાગતું હતું જાણે ગરીબી અને સંઘર્ષે કોઈક દિવસો માટે અમારા ઘર માંથી છુટ્ટી લઈ લીધી હોય.

દિવાળી... આહ, દિવાળીની યાદો આજે પણ મારા મનને રોશન કરી દે છે. અમારા ઘરમાં વીજળીની ઝાલરોની ચકાચૌંધ નહોતી. તેની જગ્યાએ, માટીના નાના-નાના દીવાઓ પૂરી, લાગણીથી કતારમાં ઊભા રહીને અમારા છજ્જાની શોભા વધારતા હતા. જ્યારે દાદી અને અમે બધાં મળીને તેમાં તેલ અને વાટ (બત્તી) નાખતા, અને એક-એક કરીને તેને પ્રગટાવતા, તો તેની ધ્રૂજતી જ્યોતમાં એક અજીબ પવિત્રતા અને શાંતિ હતી. એવું લાગતું, જાણે આકાશના બધા તારાઓ આજે રાત્રે અમારા આંગણામાં ઊતરી આવ્યા હોય. ઘરમાં બનેલા બેસનના લાડુની સુગંધ આખા મહોલ્લામાં ફેલાઈ જતી. તે એક-એક લાડુ જે પડોશીઓના ઘરે મોકલવામાં આવતો હતો, તે માત્ર મીઠાઈનો ટુકડો નહીં, પણ પ્રેમ અને પોતાનાપણાનું એક મૌન નિમંત્રણ હતું. અને જ્યારે પડોશીઓ પણ પોતાની થાળી સજાવીને લાવતા, તો તે આપ-લેની પળ, ઓહ.... તે પળ કેટલી ભાવુક, કેટલી અનમોલ હતી! તેમાં એક અહેસાસ હતો કે અમે એકલા નથી, અમે બધાં એક મોટું પરિવાર છીએ.

અને ઉત્તરાયણ! મકરસંક્રાંતિનો તે દિવસ તો જાણે આકાશમાં સપનાઓને ઉડાડવાનો દિવસ હતો. અમારી છત, જે બાકીના ૩૬૪ દિવસ કપડાં સૂકવવાના કામ આવતી હતી, તે એક દિવસ માટે એક યુદ્ધનું મેદાન બની જતી હતી. મોટા પા (મારા મોટા પપ્પા), જે સ્વભાવે શાંત અને ગંભીર હતા, તેમની આંખોમાં તે દિવસે એક અજીબ ધીરજ અને રણનીતિ દેખાતી હતી. તેઓ પતંગની દોરીને ખૂબ સલૂકાઈથી પકડતા, હવાના વહેણને સમજતા અને પછી પોતાની પતંગને આકાશની ઊંચાઈઓ પર મોકલી દેતા. જ્યારે મારા પા (પપ્પા), હંમેશની જેમ ઊર્જા અને ઉત્સાહથી ભરેલા, જોર-જોરથી બૂમો પાડતા, "લપેટ... ખેંચ... જવા ન દે... કાપી નાખી, જીતી ગયા!" અને તેમની તે વિજયી હાસ્ય આખી છત પર ગુંજી ઊઠતી. તે દિવસે અમે બધાં મળીને તલના લાડુ અને ઊંધિયું ખાતા, અને આકાશમાં ઊડતી રંગ-બેરંગી પતંગોને જોઈને એવું લાગતું, જાણે

અમારી બધી ચિંતાઓ અને મુશ્કેલીઓ પણ એ જ પતંગો સાથે કપાઈને ક્યાંક દૂર ચાલી ગઈ હોય.

મારા પા અને મોટા પાનું બાળપણ, આ એક એવી કહાની છે, જેને હું જેટલી વાર સાંભળું છું, મારું દિલ દર વખતે ખૂબ ખુશ થઈ જાય છે. આ બે એવા ભાઈઓની કહાની હતી જે શરીરથી બે હતા, પણ જેમની આત્મા એક હતી.

તેઓ ધૂળવાળી ગલીઓમાં ઉઘાડા પગે દોડતા સ્કૂલે જતા હતા. સ્કૂલનો રસ્તો કંઈ સરળ નહોતો, પરંતુ તેમના માટે તે એક રોમાંચક કાર્યક્રમની જેમ હતો. ધૂળ તેમના પગથી એવી રીતે વીંટળાઈ જતી, જાણે ધરતી માતા તેમને આશીર્વાદ આપી રહી હોય. તેમની પાસે ઉત્તમ સ્કૂલ બેગ નહોતા, બસ એક કપડાંનો થેલો હતો જેમાં એક-બે પુસ્તકો અને એક સ્લેટ હતી. પરંતુ તેમના ચહેરા પર જે સ્મિત હતું, તે કોઈ પણ મોંઘા રમકડાં કરતાં વધુ કીમતી હતું.

સાંજ તેમના માટે સૌથી સુંદર રહેતી હતી. ઘરમાં વીજળી નહોતી, તેથી એક નાની લાલટેનની પીળી, ધ્રૂજતી રોશનીમાં આખો પરિવાર એકસાથે બેસતો હતો. તેમના અવાજમાં એક એવો જાદુ હતો કે બધા પાત્રો આંખો સામે જીવંત થઈ ઊઠતા હતા. પા, જે સ્વભાવે ચંચળ અને જિજ્ઞાસુ હતા, હંમેશા સવાલોની ઝડી લગાવી દેતા, "દાદી, હનુમાનજીએ આખો પહાડ કેવી રીતે ઉપાડી લીધો? દાદી, આ રાજા તે દુષ્ટ રાક્ષસથી કેવી રીતે જીત્યો?" તેમના બાળસહજ સવાલો પર બધા હસી પડતા. પણ મોટા પા, જે હંમેશાથી શાંત અને શરમાળ હતા, ચૂપચાપ પોતાની સ્લેટ પર તે વાર્તાઓના પાત્રોના સ્કેચ બનાવતા રહેતા. એવું લાગતું, જાણે તેઓ માત્ર વાર્તા સાંભળી રહ્યા નહોતા, પણ તેના દરેક ભાવ, દરેક ચરિત્રને પોતાની આત્મામાં ઉતારી રહ્યા હતા.

દાદાની વાતો તેમના માટે કોઈ વેદ-વાક્યની જેમ હતી. તેઓ કહેતા, "બાળકો, સાચી દોલત તમારા બેન્કના ખાતામાં નહીં, પણ તમારા ચારિત્ર્યમાં હોય છે. સાચી દોલત તે છે જેના વિના પણ તમે ખુશી-ખુશી રહી શકો." આ શબ્દોએ તેમને તે ઉંમરમાં જ એટલા અમીર બનાવી દીધા હતા, જેની બરાબરી કોઈ ન કરી શકે, ભલે તેમની સ્કૂલની યુનિફોર્મ સેકન્ડ-હેન્ડ કેમ ન હોય.

ગરમીની રાતોમાં જ્યારે નીચે ગરમી અસહ્ય થઈ જતી, તો આખો પરિવાર છત પર પથારી લગાવતો. તે બંને ભાઈઓ તારાઓથી ભરેલા ખુલ્લા આકાશ નીચે સૂઈને પોતાના ભવિષ્યના સપના ગૂંથતા.

પછી અવસ્થાએ તેમના જીવનમાં દસ્તક આપી, જેમ કોઈ શાંત નદીમાં અચાનક આવેલું રહસ્યમયી તોફાન. આ તે ઉંમર હતી જ્યારે સપના પાંખો ફેલાવીને ઊડવા માંગતા હતા, પણ હકીકતની સાંકળો તેમને જમીન પર ખેંચી રહી હતી.

દસમા ધોરણની પરીક્ષા સારા માર્ક્સથી પાસ કર્યા પછી, સપનાઓએ જોરશોરથી માથું ઊંચક્યું. મોટા પાની આંખોમાં એક અલગ જ ચમક હતી. તેઓ હંમેશા મશીનો અને ઇમારતોના નકશાઓમાં ખોવાયેલા રહેતા હતા. તેમના માટે એન્જિનિયરિંગ માત્ર એક કારકિર્દી નહીં, એક જુસ્સો હતો. જ્યારે તેમણે ઘરમાં પોતાની ઇચ્છા જણાવી, તો એક પળ માટે શાંતિ છવાઈ ગઈ. દાદાજીની આંખોમાં પોતાના મોટા દીકરાના સપનાને પૂરા કરવાની તીવ્ર ઇચ્છા હતી, પરંતુ તેમની ગરીબી એક ક્રૂર સત્ય બનીને સામે ઊભી હતી. એન્જિનિયરિંગના અભ્યાસનો ખર્ચ તેમના ગજા બહાર હતો.

મોટા પાએ એક પણ શબ્દ કહ્યા વિના, એક પણ આંસુ વહાવ્યા વિના, પોતાના સૌથી મોટા સપનાને પોતાના જ હાથે તોડી નાખ્યો. બીજા દિવસે તેમણે પોતે દાદાજીને કહ્યું, "હું કૉમર્સ લઇ લઈશ. તેમાં ખર્ચ ઓછો છે." શું તમે તે બલિદાનની ગહનતાને મહેસૂસ કરી શકો છો? પોતાની ખુશી પહેલા પરિવારની જરૂરિયાતને રાખવી એ જ તો મારા પરિવારની સાચી ઓળખ હતી.

પા, જે પોતાના મોટા ભાઈને પોતાની પ્રેરણા માનતા હતા, એક પળ માટે પણ ખચકાયા નહીં. તેમણે કહ્યું, "જો ભાઈ કૉમર્સ લેશે, તો હું પણ એ જ લઈશ." અને આ રીતે, બંને ભાઈ એક જ રસ્તા પર ચાલી નીકળ્યા.

કૉલેજના દિવસો તો જાણે તેમના સાહસ અને સહનશક્તિની રોજની પરીક્ષા હતી. ઘરથી કૉલેજ દૂર હતી, અને બસનું ભાડું બચાવવા માટે તેઓ અવારનવાર કેટલાય કિલોમીટર પગપાળા ચાલતા. જ્યારે બસમાં ચડતા પણ, તો બેસવાની જગ્યા ક્યારેય મળતી નહોતી. ભીડમાં લટકીને, એકબીજાને સંભાળતા તેઓ મુસાફરી કરતા. તેમના ટિફિનમાં કોઈ ફેન્સી ખાવાનું નહોતું,

બસ માના હાથની બનાવેલી બે રોટલીઓ અને અથાણું. પરંતુ તેઓ તેને પણ આ રીતે વહેંચીને ખાતા, જાણે દુનિયાની સૌથી સ્વાદિષ્ટ મહેફિલ હોય.

શિક્ષણ પૂરું થયું, અને પછી શરૂ થયું જિંદગીનું આગામી પ્રકરણ 'જવાબદારીઓનું પ્રકરણ'. બંને ભાઈઓને નોકરીઓ મળી ગઈ. પા બાળકોને ભણાવતી એક સંસ્થામાં જોડાઈ ગયા,ત્યાં તેણે કેટરિંગ મેનેજર તરીકે કામ કરવાનું શરૂ કર્યું, જ્યાં તેમણે માત્ર ભોજન પીરસ્યું જ નહીં પરંતુ સેંકડો બાળકોનો ઉછેર પણ એ જ પ્રેમથી કર્યો જેવો તેમણે પોતાના બાળકો પ્રત્યે પ્રેમ રાખ્યો હતો. જ્યાં તેમનો ચંચળ અને હસમુખો સ્વભાવ બાળકોને ખૂબ ગમતો હતો. મોટા પા એક ઓફિસમાં કામ કરવા લાગ્યા, જ્યાં તેમની ગંભીરતા અને લગને બધાને પ્રભાવિત કર્યા.

બંને ભાઈઓની કમાણી મળીને હવે ઘરમાં થોડી રાહત લાવવા લાગી હતી. અને પછી, તેમણે પોતાના જીવનનું સૌથી મોટું સપનું પૂરું કર્યું એક પોતાનું ઘર! એક નાનો ૧BHK ફ્લેટ, જે તેમના માટે કોઈ મહેલથી ઓછો નહોતો. જે દિવસે ગૃહ પ્રવેશ થયો, તે દિવસ અમારા પરિવારના ઇતિહાસમાં સુવર્ણ અક્ષરોમાં લખવામાં આવ્યો છે. દાદાજીએ ધ્રૂજતા હાથે મુખ્ય દ્વાર પર દીવો પ્રગટાવ્યો અને તેમની આંખોમાંથી ખુશીના આંસુ વહી નીકળ્યા. તેમણે કહ્યું, "ભગવાન કરે, આ ઘરની આ રોશની ક્યારેય ન બુઝાય. આ માત્ર ઈંટ-પથ્થરનું મકાન નથી, આ અમારી મહેનત અને એકતાનું મંદિર છે."

અને પછી, ૧૯૯૭નું તે વર્ષ આવ્યું જ્યારે ઘરની રોનક બમણી થઈ ગઈ. બે ભાઈઓના લગ્ન બે સગી બહેનો સાથે થયા. મારી મા અને મારી મોટી મા જ્યારે આ ઘરમાં દુલ્હન બનીને આવી, તો આ ફ્લેટ ખરેખર એક 'ઘર' બની ગયો. જગ્યા નાની હતી, દિલ બહુ મોટા હતા. શરૂઆતના દિવસોમાં, મારી બંને માઓ અને પપ્પા લોકો કોઈ પણ ફરિયાદ વિના કિચનમાં ધાબળા (કમ્બલ) પાથરીને સૂઈ જતા. તે રાતોમાં અસુવિધા તો હતી, પરંતુ તેના કરતાં ઘણો વધારે પ્રેમ, પોતાના પણું અને ખડખડાટ હાસ્યની ગુંજ હતી.

ઘરમાં હસી-મજાકનું વાતાવરણ હંમેશા બની રહેતું હતું, અને તેના સૌથી મોટા સૂત્રધાર હતા મારા પા. તેમના નાના-નાના જોક્સ અને તોફાનો તણાવને ક્યારેય

ઘરમાં ટકવા જ નહોતા દેતા. મને આજે પણ તે કિસ્સો યાદ છે જ્યારે પા ભૂલથી પોતાની ચાવી ફ્રિજમાં મૂકીને ભૂલી ગયા અને આખું ઘર તેને શોધી-શોધીને પરેશાન થઈ ગયું. જ્યારે ચાવી મળી, તો બધા હસી-હસીને પાગલ થઈ ગયા!

મારી મા ઓ જેમાં મારી મોટી માનો શાંત, સ્થિર સ્વભાવ અને મારી માની કોમળ, સંભાળ રાખવાની આદત આ બંનેએ મળીને ઘરને એક અખંડ કિલ્લામાં બદલી દીધું. બંને વચ્ચે ક્યારેય કોઈ સ્પર્ધા નહોતી, માત્ર સહયોગ અને ઊંડો પ્રેમ હતો. એકવાર ભૂલથી માએ ચામાં ખાંડની જગ્યાએ મીઠું નાખી દીધું. જ્યારે બધાએ ચા પીધી, તો અજીબ મોં બનાવ્યા. આ પહેલા કે મા શરમિંદા થાત, પાએ તરત જ માહોલને હળવો કરતાં એક જોક માર્યો, "અરે વાહ! આજે તો ચા પણ સોમવારનું વ્રત કરી રહી છે, મીઠાવાળી ચા!" અને આ વાત પર બધા એટલું હસ્યા કે ચાનો સ્વાદ જ ભૂલી ગયા.

મોટા પાનું અનુશાસન અને પાની શરારત, મોટી માની શાંતિ અને માની મમતા, આ ચારેયે મળીને આ ઘરને એક એવો પરિવાર બનાવ્યો, જે દરેક માટે એક ઉદાહરણ હતું.

અને પછી, એક શુભ રામ નવમીના દિવસે, આ ઘરના આંગણામાં હું આવી તેમની સૌની પ્રાર્થનાઓનું સાકાર સ્વરૂપ, તેમનું પ્રાર્થના કરાયેલું ફૂલ. મારા આવવાથી ઘરની ખુશીઓ જાણે અનંત થઈ ગઈ. હું માત્ર એક બાળકી નહોતી, હું તે ચાર સ્તંભોના પ્રેમનું પ્રતીક હતી.

મારું બાળપણ કોઈ પરી કથાથી ઓછું નહોતું. મને ક્યારેય કોઈ એક માનો નહીં, પણ બે-બે માનો પ્રેમ મળ્યો. પાની બાઇક પર બેસીને હવા સાથે વાતો કરવી મારી સૌથી મનપસંદ યાદોમાંથી એક છે. મોટા પા જ્યારે પણ ઓફિસથી આવતા, તો તેમના ખિસ્સામાં મારા માટે એક ચોકલેટ જરૂર હોતી હતી. દાદા-દાદીના ખોળામાં બેસીને વાર્તાઓ સાંભળવી મારા દિવસનો સૌથી સુંદર ભાગ હતો. તે વાર્તાઓ, તે પ્રેમ, તે પોતાનાપણાએ જ મને આકાર આપ્યો, મારા વ્યક્તિત્વને ઘડ્યું.

દાદી અવારનવાર મારા વાળમાં તેલ લગાવતા કહેતા હતા, "બેટા, યાદ રાખજે, તાકાત બૂમો પાડવામાં નહીં, મૌનમાં હોય છે. જે સહન કરવાનું શીખી જાય છે, તેને કોઈ હરાવી શકતું નથી." તેમની આ વાત ત્યારે મને સમજાતી નહોતી, પરંતુ આજે જ્યારે હું જિંદગીના પડકારોનો સામનો કરું છું, તો તેમના આ શબ્દો મારા કાનમાં ગુંજે છે, અને મારી આંખોમાંથી આભારની લાગણીના આંસુ વહી નીકળે છે.

મેં મારા પરિવાર પાસેથી એક અનમોલ વારસો મેળવ્યો છે તે પ્રેમ જે ફરિયાદ નથી કરતો, પણ સમાયોજન કરે છે; તે બલિદાન જે ઢંઢેરો નથી પીટતો, પણ ચૂપચાપ કરવામાં આવે છે; અને તે એકતા જે કોઈ પણ તોફાન સામે ખડકની જેમ ઊભી રહે છે. મેં મારી આંખોથી તે સ્તંભોને જોયા છે, જે અમારા સપનાઓનો બોજ ઉઠાવતા-ઉઠાવતા કદાચ થાકી ગયા હશે, પરંતુ તેમણે ક્યારેય પોતાનો થાક વ્યક્ત ન કર્યો.

આજે, જ્યારે હું આ બધું લખી રહી છું, તો મારું દિલ આભારની લાગણી અને ગર્વથી ભરેલું છે. આ માત્ર મારા પરિવારની વાર્તા નથી. આ તે લાખો ભારતીય પરિવારોની વાર્તા છે, જેનો પાયો ત્યાગ, પ્રેમ અને અટૂટ વિશ્વાસ પર રાખવામાં આવ્યો છે. આ તેમની વાર્તા છે, જે મને દરરોજ આગળ વધવાની, અને એક વધુ સારી વ્યક્તિ બનવાની પ્રેરણા આપે છે.

***

પ્રકરણ ૨. પ્રેમથી ગૂંથાયેલું એક ઘર

"કેટલાક ઘર ઇંટોથી બનેલા હોય છે. અમારું ઘર ત્યાગોથી બન્યું, પ્રેમની દોરીઓથી ગૂંથાયું, અને બે ભાઈઓની એકતાની તાકાતથી ઊભું હતું, જેમણે બધું છોડીને એકતાને પસંદ કરી."

આ દુનિયાએ મને નિઃસ્વાર્થ પ્રેમનો અર્થ શીખવ્યો, તે પહેલાં જ હું તે પ્રેમની વચ્ચે જીવી રહી હતી. મારે પુસ્તકો, મંદિરો કે ભાષણોમાં ઉદાહરણો શોધવાની જરૂર નહોતી, મારું ઘર જ સમૃદ્ધ હતું. હું એક અસાધારણ પરિવારમાં જન્મી હતી, ન તો ધન કે વિશેષાધિકારને કારણે, પરંતુ એક એવી વસ્તુને લીધે જે બીજે ક્યાંય સહેલાઈથી મળતી નથી: તે અટૂટ સાથ, તે એકતા, જેને કોઈ ઝુકાવી ન શકે.

મારી વાર્તા ક્યારેય માત્ર મારી નથી રહી. આ બે ભાઈઓ, પા અને મોટા પાની પણ છે, જેઓ અલગ-અલગ વ્યક્તિ નહીં, પણ એક જ ધબકારાની જેમ જીવતા હતા. આ બે બહેનો, મા અને મોટી માની પણ છે, જેમણે સમાન શક્તિથી પાલન-પોષણ કર્યું, ભલે જિંદગીએ તેમને અલગ-અલગ પરીક્ષાઓમાં મૂક્યા હોય. આ ત્રણ બાળકો, મારા ભાઈ, મારી બહેન અને હું, અમે એક જ છત નીચે ઉછેર્યા, લોહીના સંબંધોથી નહીં, પરંતુ અનંત પ્રેમથી જોડાયેલા.

"પરિવારની ઓળખ ફક્ત જન્મ આપવાથી નથી થતી, પરંતુ તેનાથી થાય છે જે ક્યારેય તમને એકલું મહેસૂસ થવા દેતું નથી."

મોટી મા અમારા ઘરનો ચૂપચાપ ઊભેલો એક મજબૂત થાંભલો હતાં. તેમની વાર્તાની શરૂઆત એક એવા ઘાથી થઈ જેને દુનિયા જોઈ શકતી નહોતી, એક મિસકેરેજ, એક મૂક તોફાન જેણે તેમના દિલને તોડી નાખ્યું અને તેમના હાથોને ખાલી છોડી દીધા. ઘણી મહિલાઓ આવી ખોટ પછી દુઃખમાં ડૂબી જાય છે,

પરંતુ મોટી માએ પોતાના દર્દને ગરિમા સાથે સહન કર્યું. તેમણે તે ખાલીપાને પ્રેમનો સમુદ્ર બનાવી દીધો અને તેને મારામાં ઢાળી દીધો.

જ્યારે મારી મા બાળકોને તેમના પાઠ ભણાવવામાં કલાકો પસાર કરતાં હતાં, ત્યારે રોજબરોજની સંભાળ અને પાલન-પોષણનું કામ મોટી મા કરતાં હતાં. તેમણે પોતાના હાથે મને ખવડાવ્યું, પોતાના કપાળ પર ફૂંક મારીને ફૂસફૂસાવતી લોરીથી મને સુવડાવી, અને મારી દરેક સ્મિતને એવી રીતે મનાવી જેમ કે તે કોઈ મોટો તહેવાર હોય. તેમણે ક્યારેય મને એવું મહેસૂસ થવા દીધું નહીં કે હું તેમની નથી. દુનિયા માટે તે મારી કાકી હતાં, પરંતુ મારા માટે તે એક બીજી મા હતાં, ક્યારેક-ક્યારેક મારી પહેલી અને સૌથી સુરક્ષિત શરણ.

પાંચ વર્ષ પછી, નસીબે અમારા પર ચમત્કારોની જોડી વરસાવી. મારી બંને માતાઓ એકસાથે ગર્ભવતી થઇ. એ જ વર્ષે, મોટી માની આંખોમાં હાસ્ય પાછું આવ્યું. તે પોતાની દીકરીને ખોળામાં લઈને બેઠા હતાં, જ્યારે મારી માએ મારા નાના ભાઈને પોતાના આંચળમાં લપેટી રાખ્યો હતો. અચાનક, અમે એવા ત્રણ બાળકો બની ગયા, જેઓ માત્ર સંબંધોથી નહીં, પરંતુ કંઈક ઊંડું વહેંચતા આત્માના બંધનથી જોડાયેલા હતા.

અમારું બાળપણ સૌથી શુદ્ધ રંગોથી રંગાયેલું હતું. કોઈના પણ બાળકનું "કોણ" હોવું મહત્ત્વનું નહોતું. જો રાત્રે કોઈ રડતું, તો બંને માતાઓ દોડીને તેને દિલાસો આપતી. જો કોઈ બીમાર પડતું, તો બંને પિતા તેના પલંગની પાસે જાગતા રહેતા. અમારા ઘરમાં પ્રેમ માટે કોઈ ઓરડા, કોઈ લેબલ કે કોઈ સીમા નહોતી. અમે બસ હતા, ત્રણ બાળકો, બે માતાઓ, બે પિતા અને અમારા દાદા-દાદી, બધા એક જ લયમાં શ્વાસ લઈ રહ્યા હતા.

મોટા પા અમારા જીવનનું લંગર હતા. દર સાંજે, તે અમને મંદિર લઈ જતા. આ ક્યારેય રિવાજો કે જટિલ મંત્રો વિશે નહોતું. આ ફક્ત હાજરીનો અહેસાસ હતો. તે શાંત આંગણામાં ઊભા રહીને, જ્યાં ધૂપની મીઠાશ અને અગરબત્તીઓની ખુશબૂ હવામાં ભળતી હતી અને ઝંકારનો અવાજ ધીમે-ધીમે ગુંજતો હતો, તેમણે બોલ્યા વિના જ અમને પાઠ શીખવ્યા. સ્થિર રહેવાનો, સન્માન બતાવવાનો, અને મૌનમાં આભાર વ્યક્ત કરવાનો. તેમણે અમને

બતાવ્યું કે પિતા હોવાનો અર્થ ભેટ કે મોટા-મોટા ઉદ્ઘોષ નથી, પરંતુ આ રોજ-રોજ દેખાતો, સ્થિર પ્રેમ છે.

"તેમણે અમને ફક્ત પ્રાર્થનાઓ ન શીખવી, તેમણે અમને પ્રાર્થનામાં લઈ જવાનું શીખવ્યું."

પા, બીજી તરફ, ચાલતી-ફરતી મોહબ્બત હતા. તેમનો સ્નેહ વધુ જોરદાર, નરમ અને રમતિયાળ હતો. તેમણે અમને મીઠાઈઓથી લાડ લડાવ્યા, અમને પોતાના ખભા પર ઊંચક્યા, અને દરેક નાદાન માંગને હા કહી. ભલે તે રસ્તાની લારીમાંથી ફુગ્ગો હોય, નજીકના મેળાની સહેલ હોય, કે ખાવામાં એક વધુ કેરીનો ટુકડો, પાએ ક્યારેય ઇન્કાર ન કર્યો. તેમની ખુશી અમારી ખુશીમાં વસતી હતી.

એક એવી દુનિયામાં, જ્યાં અવારનવાર પિતા પોતાની લાગણીઓની રક્ષા કરે છે, મારા પિતાએ પોતાના દિલની લાગણીઓ કોઈ ખચકાટ વિના, કોઈ ડર વિના, ખુલ્લેઆમ આપી.

"દુનિયા માટે, તે બસ એક માણસ હતા. અમારા માટે, તે જાદુ હતા. તેમણે માત્ર અમને નથી ઉછેર્યા, તેમણે અમારું બાળપણ સપના જેવું મહેસૂસ કરાવ્યું."

અમારા ઘરમાં અઠવાડિયાના અંત મહત્ત્વપૂર્ણ રહેતા હતા. ભલે પા અને મોટા પા કામથી કેટલા પણ થાકેલા હોય, શનિવાર અને રવિવાર ફક્ત પરિવાર માટે જ રહેતા હતા. ક્યારેક આ પાર્કમાં ફરવાનું થતું, તો ક્યારેક ભીડવાળા થિયેટરમાં ફિલ્મ જોવાની મજા, જ્યાં પૉપકોર્નની ખુશબૂ અને વાર્તાની રોમાંચક લહેરો હવામાં ભળી જતી. ક્યારેક-ક્યારેક તો બસ રસ્તાની કિનારે બેન્ચ પર બેસીને પાણીપૂરી ખાવી જ પર્યાપ્ત થતું, હાસ્યથી પેટમાં દુખાવો ન થાય ત્યાં સુધી. જગ્યાઓ મહત્ત્વની નહોતી પરંતુ મહત્ત્વ માત્ર સાથે હોવાનો અહેસાસ હતો. તે સપ્તાહાંત અમારી યાદોમાં તસવીરોની જેમ વસી ગયા, એવા ફ્રેમ જેને અમે આજે પણ ત્યારે જોઈએ છીએ જ્યારે જિંદગીનો બોજ બહુ ભારે લાગે છે.

ક્રિસમસ અમારો સૌથી પ્રિય તહેવાર હતો. અમે ઈસાઈ નહોતા, પણ અમે ખુશીમાં વિશ્વાસ રાખનારા હતા. દર વર્ષે, અમારો પરિવાર પોતાના સૌથી ચમકદાર કપડાં પહેરતો અને તારાઓ તથા ઘંટડીઓથી સજેલી સડકો પર ચાલતો. હવામાં પ્લમ કેક અને શેકેલા મેવાઓની ખુશ્બૂ તરતી હતી. અમે હસતા હતા, ખાતા હતા, ટમટમતી રોશનીમાં તસવીરો ખેંચતા હતા. અમારા માટે, ક્રિસમસ ક્યારેય ધર્મ નહોતો, તે પરિવાર હતો, તે શીખવવાનો એક રસ્તો હતો કે જ્યાં પણ ખુશી મળે, તેને કેવી રીતે ઉજવવી.

"કેટલાક સૌથી અમીર બાળકો તે હોય છે જેમને સમાન રીતે પ્રેમ કરવામાં આવ્યો, તેઓ શું હતા તેના માટે નહીં, પણ તેઓ કોણ હતા તેના માટે."

અમારા દાદા-દાદી તે પ્રેમ-વૃક્ષના મૂળ હતા જેમણે તેને સ્થિર રાખ્યું. દાદાજીનું અનુશાસન, દાદીજીની ધીરજ, તેમના શાંત આશીર્વાદ, એ જ અમારા જીવનનું પૃષ્ઠભૂમિ સંગીત હતું. તેમણે અમને તે મૂલ્યો સોંપ્યા જે કોઈ બજારમાં નથી ખરીદી શકાતા: સ્થિતિસ્થાપકતા, કૃતજ્ઞતા અને નમ્રતા.

આ બધાના કેન્દ્રમાં હતા પા અને મોટા પા. બે ભાઈ, જેમણે વહેંચાઈ જવાની ધૂનવાળી દુનિયામાં, એક થવાનું પસંદ કર્યું. આજના સમયમાં, પરિવાર પૈસા, જગ્યા અને અહંકાર પર ઝઘડે છે. પણ આ બંને પુરુષોએ બધું જ વહેંચ્યું, સપના, જવાબદારીઓ, બોજ અને ખુશીઓ, ક્યારેય હિસાબ રાખ્યા વિના. તેમણે અમને બતાવ્યું કે સાચી ભાઈબંધી માત્ર લોહીથી નથી માપવામાં આવતી, પણ એનાથી માપવામાં આવે છે કે તમે એકબીજાનો બોજ ઉઠાવવા માટે કેટલા તૈયાર છો.

"ભાઈબંધી એ કહેવામાં નથી કે, 'હું તારી સાથે છું.' તે સાબિત કરવામાં છે કે, 'હું તને ક્યારેય એકલો ઊભો નહીં રહેવા દઉં.' "

મને યાદ છે, એક ઉનાળામાં જ્યારે અસહ્ય ગરમી હતી અને વીજળી વારંવાર કપાઈ જતી હતી. અમારો નાનો ફ્લેટ ભઠ્ઠી બની જતો હતો. રાતો બેચેન થતી હતી, પરસેવો પીઠથી ચોંટતો હતો, પંખા અંધારામાં શાંત હતા. અમારી આસપાસના ઘણા પરિવારો અસુવિધાથી નિરાશ થઈને ઝઘડતા હતા. પરંતુ અમારા ઘરમાં, પા અને મોટા પાએ તેને એક સાહસિક યાત્રામાં બદલી દીધું.

તેઓ રજાઈઓ છત પર લઈ ગયા, તેમને ખુલ્લા આકાશ નીચે પાથરી દીધી, અને અમને જણાવ્યું કે અમે કેમ્પિંગ કરી રહ્યા છીએ.

ઘણી સાંજો એવી હતી જ્યારે અમારો નાનો ૧BHK દુનિયાનું સૌથી મોટું મંચ લાગતું હતું. અમે ત્રણેય બાળકો બેઠકમાં અચાનક "શો" કરતા હતા. એક પ્લાસ્ટિકનું સ્ટૂલ અમારું મંચ બની જતું હતું, ખભા પર બાંધેલો દુપટ્ટો પોશાક બની જતો હતો, અને રસોડામાંથી સ્ટીલની પ્લેટોનો ખણખણાટ સંગીત બની જતુ હતું. મારો ભાઈ જોરથી ગાતો હતો, મારી બહેન ટીવી પર જોયેલી નાયિકાઓની જેમ નાચવાની કોશિશ કરતી હતી, અને હું એક સ્વ-નિયુક્ત ઘોષણાકારની જેમ બોલતી હતી. અમારા દર્શકો, પા, મોટા પા, મા, મોટી મા, અને દાદા-દાદી, એવી રીતે તાળીઓ પાડતા હતા જાણે અમે હજારોની સામે પ્રદર્શન કરી રહ્યા હોઈએ. તેમને અમારી નાદાની નહોતી દેખાતી; તેમને અમારી ભાવના દેખાતી હતી.

એ જ અમારા ઘરનું રહસ્ય હતું: સાધારણ પળો અસાધારણ બની જતી હતી કારણ કે તે વહેંચવામાં આવતી હતી.

"ખુશીને વધવા માટે દોલતની જરૂર નથી હોતી. તેને બસ એવા લોકો જોઈએ જે તેને સિંચતા જાણે હોય."

તે તહેવારો પણ, જેને અમે શાન-ઓ-શૌકતથી નહોતા મનાવી શકતા, એકતાની અમીરીથી મનાવવામાં આવતા હતા. રક્ષાબંધન પર, મારી બહેને મારા ભાઈ અને મને રાખડી બાંધી, અને પછી, એક દુર્લભ અને કોમળ વળાંક પર, અમે દાદાજીને પણ રાખડી બાંધી. તેઓ હસ્યા, પણ મને આજે પણ તેમની આંખોની કોમળતા યાદ છે જ્યારે અમે ઘોષણા કરી, "તમે પણ અમારા ભાઈઓની જેમ રક્ષા કરો છો." તે પળમાં, પરંપરા ફરીથી લખાઈ, રક્ષા લિંગ કે વિધિથી બંધાયેલી નહોતી, તે પ્રેમથી બંધાયેલી હતી.

અમારા ઘરમાં સંઘર્ષો નહોતા, એવું નહોતું, પણ દરેક મુશ્કેલીને સાથે મળીને નરમ કરી દીધી હતી. એક ચોમાસાની સાંજ મને આજે પણ યાદ છે જ્યારે બાલ્કનીમાંથી પાણી ટપકવા લાગ્યું હતું. નાળું જામ થઈ ગયું હતું, અને વરસાદ પહેલાં કરતાં ઘણો વધુ તેજ વરસી રહ્યો હતો. ગભરાવાને બદલે, પા અને મોટા

પાએ તેને એક પારિવારિક મિશનમાં બદલી દીધું. ડોલ, લોટા અને ટુવાલ સાથે, દરેક જણ કામે લાગી ગયું, અહીં સુધી કે અમે બાળકો પણ, પાણીના નાના કપ બાથરૂમ સુધી લઈ જઈને બહાર ફેંકતા હતા. છેવટે, અમારા કપડાં ભીના હતા, વાળ ચહેરાથી ચોંટેલા હતા, પણ હાસ્ય દીવાલો સાથે ટકરાઈ રહ્યું હતું. બહારના તોફાનની અંદરની ગરમાહટ પર કોઈ અસર નહોતી.

"જે પરિવાર તોફાનોથી એક સાથે લડે છે, તેઓ ક્યારેય ડૂબતા નથી."

રવિવારે એક ખાસ જાદુ થતો હતો. અમારી સવાર માની મસાલા ચા અને નજીકની મીઠાઈની દુકાનમાંથી જલેબીઓના આછા અવાજ સાથે શરૂ થતી. પા વધુ ખરીદવાનો આગ્રહ રાખતા, તે દર્શાવતા કે આ મહેમાનો માટે છે, જોકે દરેક જણ જાણતું હતું કે આ અમને ખવડાવવાનું તેમનું બહાનું હતું. નાસ્તા પછી, અમે કેરમ રમવા માટે જમીન પર ભેગા થતા હતા.

પાએ, આ વચ્ચે, અમારા દિવસોના દરેક ખૂણાને રમૂજથી ભરવાનો એક રસ્તો શોધી કાઢ્યો હતો. એકવાર, જ્યારે મારા ભાઈ અને મેં શાકભાજી ખાવાની ના પાડી દીધી, તો પાએ ઘોષણા કરી કે તેમની પાસે એક ગુપ્ત નુસખો છે જે અમને પહેલવાનો જેવા મજબૂત બનાવી દેશે. તેમણે દાળને એક જાદુઈ દવા તરીકે ચમચીથી ઘૂમાવી, મીઠાને કલાત્મક રીતે છાંટ્યું, અને અહીં સુધી કે એક જાદુગરની જેમ તેની સાથે ધીમેથી વાત કરી. જ્યારે તેમણે તેને પીરસ્યું, તો અમે આંખો ફાડીને, જાદુમાં વિશ્વાસ કરતાં ખાધું. વર્ષો પછી, જ્યારે મેં તેમને પૂછ્યું કે તેમણે આવું કેમ કર્યું, તો તેમણે હસતાં કહ્યું, "કારણ કે બાળકોને ખવડાવવા માટે પ્રેમ જોઈએ, તર્ક નહીં."

પ્રેમ અમારા પરિવારની સૌથી મોટી વિરાસત બની ગયો. અમે તેને ઉપદેશોથી નહીં, પણ દૈનિક અભ્યાસથી શીખ્યા. જે રીતે મા દિવાળી માટે અમને નવા કપડાં અપાવવા માટે એક નાના સ્ટીલના ડબ્બામાં સિક્કા બચાવતી હતી. જે રીતે મોટી મા સ્કૂલનો યુનિફોર્મ સીવવા માટે જાગતી હતી જેથી અમે અમીર બાળકો જેટલા જ સ્વચ્છ દેખાઈએ.

"અમારી દોલત ક્યારેય તિજોરીઓમાં જમા નહોતી થઈ. તે અમારી આદતોમાં રહેતી હતી."

દરવર્ષે ડિસેમ્બરમાં, જ્યારે વર્ષ પૂરું થવા આવતું હતું, તો પાની એક પરંપરા હતી. તે અમે સૌને બેઠકમાં ભેગા કરતા, લાઈટ બંધ કરી દેતા, અને એકલી મીણબત્તી પ્રગટાવતા. તે હળવા પ્રકાશમાં, તે અમને પૂછતા કે વર્ષનો અમારો સૌથી ખુશહાલ પળ કયો હતો. અમારામાંથી દરેક જણ વારાફરતી જવાબ આપતા, ક્યારેક કોઈ નવું રમકડું, ક્યારેક પિકનિક, ક્યારેક બસ હસતા વિતાવેલો એક દિવસ. પા ત્યારે કહેતા, "આ યાદ રાખજો, ખુશી મોટી વસ્તુઓની રાહ નથી જોતી. તે નાની-નાની ચિંગારીઓમાં રહે છે." અંધારામાં તે એકલી મીણબત્તીએ અમને સૌથી નાની રોશનીને પણ નોટિસ કરવાનું શીખવ્યું.

એક શિયાળામાં, જ્યારે પૈસા ખાસ કરીને તંગ હતા, તો નવા ધાબળા પહોંચની બહાર હતા. ઠંડી દીવાલોની તિરાડોમાંથી રિસાઈને અમારા પગના અંગૂઠાને કાપી રહી હતી. તે રાત, મોટા પાએ ચૂપચાપ પોતાનો ધાબળો અમારા બાળકો પર પાથરી દીધો અને દેખાડો કર્યો કે તેમને ઠંડી નથી લાગી રહી. અમને આ માત્ર અડધી રાત્રે ખબર પડી જ્યારે તે ધ્રૂજ્યા પર સ્મિત કર્યું, ધીમેથી કહ્યું, "જ્યાં સુધી તમે ગરમ સૂઓ છો, મારું દિલ પણ ગરમ રહે છે."

"બલિદાન પ્રેમની મૂક ભાષા છે. તે સૌથી ઊંચું ત્યારે બોલે છે જ્યારે કોઈ જોઈ રહ્યું ન હોય."

સ્કૂલના દિવસો પોતાની વાર્તાઓ લાવ્યા, નાની પણ અવિસ્મરણીય. અમારી સવાર અવારનવાર અફરાતફરીની કોમેડી રહેતી. એક બેડરૂમવાળા ઘરમાં ત્રણ બાળકોનું તૈયાર થવું સહેલું કામ નહોતું. કાંસકાઓ, મોજાં અને પાણીની બોટલોને લઈને અનંત ઝઘડા થતા હતા. અમારામાંથી કોઈ ને કોઈ હંમેશા હોમવર્ક ભૂલી જતું હતું, બીજું ક્યાંક જ્યોમેટ્રી બોક્સ મૂકી દેતું હતું, અને પા ટિફિન બોક્સ લઈને અમારી પાછળ ભાગતા હતા, બૂમો પાડતા હતા, "ઓછામાં ઓછું ખાવાનું તો લઈ લો, નહીં તો ટીચર મને પણ વઢશે!" જ્યાં સુધી અમે નીકળતા, અમારો ઘોંઘાટ આખા મહોલ્લાને અમારું રૂટીન જણાવી દેતો હતો.

પરંતુ આ ભાગદોડ છતાં, અમારા માતા-પિતા અને દાદા-દાદીએ અમને આશીર્વાદ આપ્યા વિના ક્યારેય જવા દીધા નહીં. મોટી મા અમારા કપાળ પર કુમકુમનો એક નાનો ટીકો લગાવતી હતી, ધીમેથી કહેતી હતી, "જાઓ અને ચમકો, મારા સિતારાઓ." મારી દાદી પરીક્ષાના દિવસોમાં અમારા મોંમાં એક ચમચી ખાંડ અને દહીં નાખતી હતી, અને પા, એક સ્મિત સાથે, કહેતા હતા, "નંબરોની ચિંતા ન કરો. બસ એ સુનિશ્ચિત કરો કે તમારું દિલ ઈમાનદાર હોય." તે પંક્તિ મારી સાથે હંમેશા રહી, નંબરો ઝાંખા પડી જાય છે, પણ ઈમાનદારી જીવન બનાવે છે.

"બાળકો માત્ર એ યાદ નથી રાખતા કે તમે તેમને શું શીખવો છો. તેઓ યાદ રાખે છે કે શીખતી વખતે તમે તેમને કેટલું સુરક્ષિત મહેસૂસ કરાવો છો."

પા અને મોટા પાએ ક્યારેય તે તોફાનોને અમારા સુધી પહોંચવા ન દીધા. જો પૈસા ઓછા થતા હતા, તો તેઓ પોતાની જરૂરિયાતો ઓછી કરતા હતા, અમારી નહીં. જો તણાવ વધતો હતો, તો તેઓ જમવાના ટેબલ સુધી પહોંચતા પહેલા તેને હાસ્યથી ઓગાળી દેતા હતા. એમનો આ મૂક ઉપહાર હતો: અમારી માસૂમિયતની રક્ષા કરવી, ત્યારે પણ જ્યારે તેમના પોતાના ખભા પર બોજ હતો.

"જે માતા-પિતા પોતાના બાળકોને પીડાથી બચાવે છે, તેઓ તેમને બાળપણ આપે છે. જે માતા-પિતા તેમને તેનો સામનો કરતા શીખવે છે, તેઓ તેમને જીવન આપે છે."

આજે, જ્યારે હું પાછળ ફરીને જોઉં છું, તો મને અહેસાસ થાય છે કે અમે ક્યારેય માત્ર દિવસો નહોતા જીવી રહ્યા, અમે સ્થિતિસ્થાપકતા, રમૂજ અને વિશ્વાસના પ્રકરણ લખી રહ્યા હતા. દરેક નાનું કાર્ય રમતના રૂપમાં છુપાયેલો એક પાઠ હતો. દરેક વહેંચાયેલું ભોજન રૂટીનમાં છુપાયેલી બલિદાનની વાર્તા હતી. દરેક હાસ્ય મુશ્કેલીની અવગણના હતી.

અને જેમ જેમ હું આ યાદોને લખું છું, હું આજે પણ તેને મહેસૂસ કરી શકું છું, જે રીતે અમારો નાનો ૧BHK એક જ ધબકારાની જેમ ધબકતો હતો. હા, તે

ભીડવાળો હતો, પણ ક્યારેય ગૂંગળામણવાળો નહોતો. તે કદમાં નાનો હતો, પર આત્મામાં વિશાળ હતો.

આ પ્રકરણ ફક્ત મારી યાદ નથી. આ એક અરીસો છે જે તે દુનિયાને બતાવવામાં આવ્યો છે જે ભૂલી ગઈ છે કે સાચા પરિવારનો અર્થ શું હોય છે.

અને એટલે, હું આ પ્રકરણને એક કવિતા સાથે સમાપ્ત કરું છું, એક પ્રાર્થના, ખરેખર તો, દરેક તે પરિવાર માટે જે પોતાના ધબકારાને ફરીથી શોધી રહ્યો છે:

પથ્થરથી ન બન્યું, સોનાથી ન સજ્યું,
અમારું ઘર એક કહાણી હતી, ચૂપચાપ વાગી.
ત્યાગની છત, સ્નેહની દીવાલો,
એટલી અટૂટ મોહબ્બત, જે ભરી દે દરેક આંગણ અને દ્વારને.

હાથ જે કામ કરે, પણ ક્યારેય ફરિયાદ ન કરે,
દિલ જે આપે બધું, પણ પોતે ખાલી ન રહે.
બે ભાઈ, એક બંધન, લોખંડથી પણ મજબૂત,
બે બહેનો, જેમણે શીખવ્યો ઘાવનો ઇલાજ અને શાંતિ.

કમીમાં પણ હાસ્ય, નિરાશામાં પણ આશા,
છાયામાં પણ ખુશીની એક નાની સરખી રોશની.
ત્રણ બાળકો જે મોટા થયા, અલગ નહીં, પણ એક સાથે,
ચાંદની નજર અને સૂરજના આશીર્વાદ સાથે.

તો જો દુનિયા ભુલાવી દે, મારી પુસ્તક યાદ કરાવે:
સાચું ધન એ જ છે, જે પાછળ ન છોડી શકાય.
આ પ્રેમ છે, શાંત, જીદ્દી અને સાચો,
જે બનાવે છે પરિવાર, અને ફરીથી મનને સાચું.

જેમ-જેમ વર્ષો વીતતા ગયા, અમારા ઘરની દીવાલોએ અગણિત વાર્તાઓ પોતાનામાં સમાવી લીધી, કેટલીક હાસ્યમાં લખાઈ, કેટલીક આંસુઓમાં, અને ઘણું બધું મૌનમાં. પણ દુનિયાની માંગ કંઈ પણ હોય, અમારા પરિવારે તે એક

સત્યને ક્યારેય ન ભૂલાવ્યું જેણે અમને બાંધી રાખ્યા હતા: પ્રેમ સૌથી પહેલા આવે છે.

હું અવારનવાર તે બાળપણ વિશે વિચારું છું જે અમારું હતું, અમે ત્રણ નાની આત્માઓ જેમને ક્યારેય કોઈ વસ્તુની કમી મહેસૂસ ન થઈ. એટલે નહીં કે અમારી પાસે બધું હતું, પરંતુ એટલે કે અમારી પાસે દરેક વ્યક્તિ હતાં. અમને ક્યારેય એનાથી ન માપવામાં આવ્યું કે કોણ કોનું છે, કે કોનું બાળક કોનું છે. અમે બસ એક એવા પરિવારના બાળકો હતા જેણે વહેંચાઈ જવાનો ઇનકાર કરી દીધો.

"કેટલાક પરિવાર એટલે તૂટી જાય છે કારણ કે તેઓ ગણે છે કે તેમણે શું આપ્યું. અમારું એટલે ટકી રહ્યું કારણ કે તેમણે ફક્ત તે ગણ્યું જે તેમણે વહેંચ્યું."

આજે પણ, જ્યારે હું આંખો બંધ કરું છું, તો મને મોટા પા સાથે મંદિરની ઘંટડીઓનો ગુંજ સંભળાય છે, પાના લાડ-પ્યારવાળા હાસ્યનો અહેસાસ થાય છે, અને મા અને મોટી માની શાંત સ્મિત દેખાય છે જે પૃષ્ઠભૂમિમાં ચૂપચાપ કામ કરતી રહેતી હતી. મને દાદીજીના હાથે પીસેલા મસાલાઓની સુગંધ આવે છે, દાદાજીની સાઇકલનો કચકડાટ સંભળાય છે જ્યારે તેઓ ઘરે પાછા ફરતા હતા, અને હું ત્રણ બાળકોને એક જ રજાઈ નીચે તાલમાં શ્વાસ લેતા જોઉં છું.

- જો પ્રેમનો કોઈ આકાર હોત, તો તે એ જ ૧BHK ફ્લેટ હોત.
- જો બલિદાનનો કોઈ અવાજ હોત, તો તે અમારી રાતોની શાંત ગણગણાહટ હોત.
- જો એક જૂટતાની કોઈ ધડકન હોત, તો તે પા અને મોટા પા હોત.

"આ પ્રકરણ માત્ર જૂની યાદ નથી. આ એક યાદગીરી છે, કે સૌથી સાધારણ ઘર પણ સૌથી મોટા પાઠ શીખવી શકે છે."

કારણ કે ક્યાંક બહાર, એક પરિવાર જમીન, વારસા કે અહંકાર પર લડી રહ્યો છે. ક્યાંક, બાળકો અલગ-અલગ ઘરોમાં મોટા થઈ રહ્યા છે, ક્યારેય એ નથી જાણતા કે એક જ ધાબળા માટે લડવું શું હોય છે. ક્યાંક, હાસ્યની જગ્યાએ

શાંતિએ લઈ લીધી છે. તેમને હું કહેવા માંગુ છું, પ્રેમ મોટા ઘરો કે મોટા બેંક બેલેન્સમાં નથી મળતો. આ નાના-નાના કામોમાં, વહેંચાયેલા સંઘર્ષોમાં, અને જ્યારે વહેંચાવું સરળ લાગે ત્યારે એકતાને પસંદ કરવામાં બને છે.

મારું બાળપણ મારા માટે સૌથી મોટો આશીર્વાદ હતો, એટલે નહીં કે તે સંપૂર્ણ હતું, પરંતુ એટલે કે તે વાસ્તવિક હતું. અને વાસ્તવિકતા, જ્યારે બલિદાન અને પ્રેમથી ગૂંથાય છે, તો વિરાસત બની જાય છે.

"વિરાસતો સ્મારકોમાં નથી બનાવવામાં આવતી. તે વહેંચાયેલા ભોજનમાં, ઉઠાવેલા બોજમાં, તોફાનોની વચ્ચે પકડેલા હાથોમાં બને છે."

અને એટલે, આ પ્રકરણ ૨ એક સ્મૃતિના રૂપમાં નહીં, પરંતુ એક સંદેશના રૂપમાં સમાપ્ત થાય છે:

કે જ્યારે બે ભાઈ એક થઈને રહેવાનું પસંદ કરે છે, જ્યારે બે બહેનો બલિદાનમાં ભાગીદાર બને છે, જ્યારે દાદા-દાદી મૂળ અને બાળકો ફૂલ બની જાય છે, ત્યારે એક પરિવાર અટૂટ થઈ જાય છે.

આ કોઈ પરી કથા નથી. આ કોઈ કલ્પના નથી. આ તે છે જે મેં જીવ્યું. અને મને આશા છે કે દુનિયા તેને યાદ રાખશે, આ પહેલા કે બહુ મોડું થઈ જાય.

***

પ્રકરણ ૩. જયારે જુદાઈ તોફાન કરતાં વધુ ગંભીર બની

"પ્રકૃતિ તમારી શક્તિની પરીક્ષા લઈ શકે છે. જિંદગી તમારો પાયો હલાવી શકે છે. પણ જે પરિવાર પ્રેમના મૂળથી જોડાયેલો હોય છે, તે હંમેશા પાછો એકબીજા સુધી પહોંચી જ જાય છે."

દરેક પરિવારના જીવનમાં એક એવી પળ આવે છે, જ્યારે પ્રેમને માત્ર શબ્દોથી નહીં, પણ કર્મથી સાબિત કરવો પડે છે. અમારા પરિવાર માટે તે પળ આવી વર્ષ ૨૦૦૬માં, જ્યારે સુરતના આકાશમાં માત્ર વરસાદ નહીં, પણ એક એવી પરીક્ષા વરસી જેણે અમને હંમેશા માટે બદલી દીધા.

વરસાદ પહેલાં ધીમે-ધીમે બારીઓ પર દસ્તક દેતો હતો. અમારા જેવા બાળકો ખુશ થતા, હથેળીઓ ઠંડા કાચ પર રાખીને, તે ટીપાઓને જોતા જેને એકબીજા સાથે દોડ લગાવવાની હોય. જ્યારે બહાર પહેલીવાર પાણી જમા થયું, અમે ઉઘાડા પગે છાંટા ઉડાડતા રહ્યા, જ્યાં સુધી માએ હસતા-હસતા અંદર ન બોલાવી લીધા. શરૂઆતમાં મજા હતી. વરસાદ આઝાદી જેવો લાગતો હતો.

પણ ત્રીજા દિવસે, આઝાદી ડરમાં બદલાઈ ગઈ. નદી ઉછળી પડી, પોતાની હદોને ઓળંગતી. રસ્તાઓ ગાયબ થઈ ગયા. વીજળી ચાલી ગઈ. દરેક ગલી અંધારામાં ડૂબી ગઈ, બસ મીણબત્તીઓની જ્યોત જ રોશની હતી. રેડિયો પર ચેતવણીઓ હતી, પણ જે થવાનું હતું, તેનો અંદાજ કોઈને નહોતો.

જ્યાં સુધી પાણી અમારા બિલ્ડિંગમાં ઘૂસ્યું, ત્યાં સુધી ઘણું મોડું થઈ ચૂક્યું હતું. પહેલો માળ ડૂબ્યો, પછી બીજો. અને જ્યારે પાણી અમારા ઘર સુધી પહોંચ્યું, પા અને મોટા પાએ એકબીજા સામે જોયું, બસ જોયું, કંઈ કહ્યું નહીં.

તે એક નજરમાં બધું સમજાઈ ગયું. તે બંને તરત જ દરેક વ્યક્તિને ભેગા કરવા લાગ્યા. ધ્રૂજતા દાદા-દાદી, ડરેલી માઓ, અને બાળકો જે મજબૂતી બતાવવાની કોશિશ કરી રહ્યા હતા, બધા એક-એક સીડી ચડતા ગયા, જ્યાં સુધી છત ખુલ્લા આકાશની જેમ સામે ન આવી ગઈ.

અમે થોડીક જરૂરી વસ્તુઓ સાથે લીધી, થોડા કપડાં, એક સ્ટોવ, થોડા ચોખા, દાળ, અને તે સાહસ જે માણસને ત્યારે જ મળે છે જ્યારે તેને કોઈ બીજો રસ્તો નથી મળતો. અને પછી શરૂ થયા દસ લાંબા દિવસ.

અમે પ્લાસ્ટિકની ચાદરોથી એક નાનું રહેઠાણ બનાવ્યું. દોરડાઓથી બાંધ્યું, પ્રાર્થના કરી કે હવા તેને ઉડાડી ન જાય. રાતો ભીની, ઠંડી અને બેચેન હતી. વરસાદ પ્લાસ્ટિક પર સતત વાગતો, જેમ કોઈ અનંત ઢોલક. છતની ફર્શ સખત હતી, પણ અમે ચટાઈઓ બિછાવી, રજાઈઓ ફેલાવી, અને એકબીજાની પાસે સંકોચાઈને સૂઈ ગયા, અમારી ગરમાહટ જ અમારી રજાઈ બની ગઈ.

ખાવાનું, પૂજા જેવું બની ગયું હતું. મોટી મા નાના સ્ટોવ પર રસોઈ બનાવતી, ભેજવાળી હવામાં નાની જ્યોત ધ્રૂજતી રહેતી. ક્યારેક માત્ર ખીચડી જ હોય પાતળી, પણ નવ લોકો માટે પૂરતી. તેમ છતાં પા કહેતા, "કોને હોટલની જરૂર છે? અમારું તો ટેરેસ કેફે છે!" દર સાંજે તે "મેનુ" જણાવતા, "દાળ સૂપ, રાઇસ પેનકેક, બાદલોની કરી." અમે હસતા રહેતા, ભલે પેટ ખાલી હોય, કારણ કે તેમનો પ્રેમ અમને ક્યારેય ગરીબ મહેસૂસ નહોતો થવા દેતો.

"જ્યારે દુનિયા તમને ખાલી કરી દે, પરિવાર એ કમીને
ઉત્સવમાં બદલી દે છે."

અમે બાળકો એ ડરથી લડવા માટે રમતો બનાવી. પથ્થર અને સિક્કો રમ્યા, કાગળની હોડીઓ દોડાવી, અને વાદળોના આકાર ઓળખ્યા. દર રાત્રે પા અથવા મોટા પા વાર્તા સંભળાવતા. ક્યારેક લોકકથાઓ, ક્યારેક પોતાના બાળપણની યાદો. મને સૌથી વધારે ગમતી હતી તે વાર્તા જે મોટા પાએ એક તોફાની રાત્રે સંભળાવી, એક ઘાયલ ચકલીની, જે ક્યારેય ઉડી ન શકી, પણ જેણે તેમને શીખવ્યું કે પ્રેમ શું હોય છે. ત્યારે તે બસ વાર્તા લાગતી હતી. વર્ષો

પછી સમજાયું, તે ભવિષ્યવાણી હતી. તે પૂર અમારી પડેલી ચકલી હતી, તૂટેલી પણ જીવંત. અને તેને મળીને સાચવતા, અમારો પરિવાર પોતે ઊડતા શીખી ગયો.

પણ દરેક પળ રમત નહોતી. ક્યારેક, ક્યારેક હવા એટલી તેજ ચાલતી કે લાગતું, અમારી પ્લાસ્ટિકની છત ઉડી જશે. એક રાત્રે મેં દાદીનો હાથ કસીને પકડ્યો અને પૂછ્યું, "જો પાણી ઉપર આવી ગયું તો?" તેમણે મારા વાળ પર હાથ ફેરવ્યો અને બોલ્યા, "બેટા, પાણી ઉપર આવશે, તો અમે પણ ઉઠીશું. કારણ કે અમે સાથે છીએ."

"ડરની તાકાત ત્યારે ખતમ થઈ જાય છે જ્યારે કોઈ મજબૂત હાથ તમારો હાથ પકડી લે છે."

અમારા સાથે પડોશીઓ પણ એ જ છત પર હતા. કોઈએ ઘર ગુમાવ્યું હતું, કોઈએ પોતાનું પ્રિયજન. તેમ છતાં, તે નિરાશામાં ઇન્સાનિયતે માથું ઊંચક્યું. કોઈએ મીણબત્તી વહેંચી, કોઈએ મીઠું. બાળકો એકસાથે રમ્યા, જાત-પાત, ધર્મ, અમીરી, ગરીબી બધું વહી ગયું પૂરમાં (બાઢ). પાણીએ દીવાલો ડૂબોવી દીધી, પણ ઉપર છતો પર ઇન્સાનિયત ઊભી રહી.

દસમા દિવસે જ્યારે સવાર પહેલીવાર વરસાદ વિના આવી, લાગ્યું જાણે ચમત્કાર થયો હોય. ધીમે-ધીમે પાણી ઊતરવા લાગ્યું. અમે નીચે ઊતર્યા, ભીની સીડીઓ પર, પોતાના જ ઘરમાં જે હવે અજાણ્યું લાગી રહ્યું હતું. દીવાલો ફાટી ગઈ હતી, ફર્નિચર સડી ગયું હતું, ફર્શમાંથી દુર્ગંધ આવી રહી હતી. તે ઘર જે અમે વર્ષોમાં બનાવ્યું હતું, બસ થોડા દિવસોમાં ઘાયલ થઈ ગયું હતું.

પણ સાચું તોફાન તો હવે આવવાનું હતું, તે નિર્ણય જે પાણી કરતાં વધુ પીડાદાયક હતો. જ્યારે પાણી ગયું, તો અમે વિચાર્યું સૌથી ખરાબ વીતી ગયું. પણ ક્યારેક-ક્યારેક બહારનું તોફાન અંદરના તોફાન કરતાં સહેલું હોય છે. ઘર લગભગ ખાલી હતું. દીવાલો પર ફૂગ, પથારીઓ ભીની, કપડાંમાં કાદવની ગંધ. રસોડાની કબાટો ખાલી. દરેક વસ્તુ અજાણી લાગવા લાગી.

ત્યારે પા અને મોટા પાએ એક નિર્ણય લીધો, ગુસ્સાથી નહીં, મજબૂરીથી. પૈસાની તંગી હતી, ઘર પણ રહેવાલાયક નહોતું. તેમણે વિચાર્યું, થોડા સમય માટે અલગ રહેવું ઠીક રહેશે. કદાચ તે માની બેઠા હતા કે આ તાત્કાલિક હશે. પર ક્યારેક-ક્યારેક પ્રેમ એવા નિર્ણય લે છે જેના પર બાદમાં દિલ પસ્તાય છે. અને આ રીતે, પહેલીવાર, અમારો પરિવાર બે છતોમાં વહેંચાઈ ગયો.

શરૂઆતમાં બધું ઠીક લાગ્યું. માઓ બોલી, "બસ થોડા દિવસની વાત છે." દાદા-દાદી બોલ્યા, "અમે હજી પણ એક જ પરિવાર છીએ." પા અને મોટા પા બોલ્યા, "દરરોજ મળીશું."

પણ કોઈએ ન સમજ્યું, જુદાઈ દીવાલોમાં નહીં, દિલોમાં ઊતરી જાય છે.

સૌથી પહેલા જે વસ્તુ ખોવાઈ, તે હતી અવાજ. સંયુક્ત પરિવારમાં શાંતિ નથી હોતી. ક્યાંક કોઈ ચમચાનો અવાજ, ક્યાંક બાળકોનું હાસ્ય, ક્યાંક દાદાની પ્રાર્થના કે પાનો મજાક. પર હવે, રાતો ડરામણી ખામોશીથી ભરેલી હતી.

મારો ભાઈ અને બહેન સૌથી વધારે તૂટ્યા. તે બંને એક જ વર્ગખંડમાં હતા. સ્કૂલમાં આખો દિવસ એકબીજા સાથે ચોંટેલા રહેતા. શિક્ષક તેમને અલગ કરતા, પર ઘરે પાછા ફરતી વખતે ફરી ગળે મળીને રડતા. એવું લાગતું, જાણે જુદાઈથી ડર તેમના નાના દિલમાં ઘર કરી ગયો હોય.

"સંબંધો માત્ર લોહીથી નથી બનતા, તે બને છે વહેંચાયેલી સવારથી,
જમવાના ટેબલના હાસ્યથી, અને ખરાબ દિવસો પછીની
ચૂપકીદી ભરેલી ભેટોથી."

ઘરમાં માઓ પણ તૂટી રહી હતી. મારી મા ટ્યુશન ચલાવતી હતી, પર તેમની આંખોમાં ખાલીપો હતો, તે ખુરશી જોઈને રોકાઈ જતી, જ્યાં પહેલાં મોટી મા બેસતી હતી. અને મોટી મા, તે વધુ ભારે બોજ ઉઠાવી રહી હતી. પોતાની દીકરીની દેખભાળ સાથે, તે અમારા બધાનું પણ ધ્યાન રાખતી. ક્યારેય ફરિયાદ ન કરી, બસ ક્યારેક-ક્યારેક ચૂપચાપ આંસુ લૂછી લેતી.

દાદા-દાદી પણ હસતા-હસતા દર્દ છુપાવતા. દાદા હવે અખબાર એકલા વાંચતા, તે પણ ધ્રૂજતા હાથોથી. દાદી હવે ઓછું ખાવાનું બનાવતી, થાળીઓ ઓછી લાગતી. જેમણે પરિવારને દાયકાઓ સુધી માળાની જેમ જોડી રાખ્યો, હવે એ માળા વિખેરાઈ હતી.

તહેવારો સૌથી મુશ્કેલ હતા. દિવાળી આવી, પર દીવાઓની રોશની ફીકી લાગી. બંને પરિવાર સાથે નહોતા, તો ઘર અધૂરું લાગ્યું. જન્મદિવસ બસ યાદ અપાવતા કે કોણ સાથે નથી. અહીં સુધી કે ક્રિસમસ, જે સૌથી પ્રિય હતો, તે પણ બસ એક શાંત આઉટિંગ બની ગયો.

"જુદાઈ હંમેશા ઝઘડાઓથી નથી થતી, ક્યારેક-ક્યારેક તે
બસ એક ચૂપકીદી હોય છે, જે ખુશીઓ ખાઈ જાય છે."

એક સાંજે, આકાશ નારંગી હતું, મારી નાની બહેને મારો હાથ પકડ્યો અને ધીમેથી પૂછ્યું, "અમે પાછા કેમ નથી જઈ શકતા? ભલે નાનું હોય, ભલે સાંકડું હોય, પર તે 'અમારું' લાગે છે." તેની વાત તીર જેવી લાગી, કારણ કે બાળકોને સુવિધા નહીં, બસ નિકટતા જોઈએ.

એક રાત મેં સાંભળ્યું, પા અને મા ધીમે-ધીમે વાત કરી રહ્યા હતા. પા બોલ્યા, "મેં વિચાર્યું હતું આનાથી બધું સહેલું થશે. પર લાગે છે મારો અડધો ભાગ ક્યાંક રહી ગયો છે." તેમનો અવાજ ધ્રૂજી ગયો. માએ તેમનો હાથ પકડ્યો, પર જવાબ કોઈની પાસે નહોતો.

"પ્રેમ હંમેશા જોરથી નથી બોલતો, ક્યારેક-ક્યારેક તે
પિતાના તૂટેલા અવાજમાં છુપાયેલો હોય છે."

દિવસો અઠવાડિયામાં બદલાયા, અઠવાડિયા મહિનાઓમાં. સાત લાંબા મહિના વીત્યા, દેખાડો કરતા કે બધું ઠીક છે. અને પછી એક સાંજે, બધું બદલાઈ ગયું.

મોટી માની દીકરી સ્કૂલથી આવી, આંખો લાલ હતી. તે ફરી રડી હતી. રાત્રે મોટા પા બસ તેને જોતા રહ્યા, ચૂપચાપ. પછી બોલ્યા, "આ અમે નથી. અમે બે ઘરોમાં નથી રહી શકતા."

"અમે સાથે મળીને જીવન બનાવ્યું છે, તેને જીવવું પણ સાથે જ પડશે. ભલે જગ્યા ઓછી હોય, પણ દિલ મોટું છે. હવે વધુ જુદાઈ નહીં."

પાએ કંઈ ન કહ્યું, બસ માથું હલાવ્યું. તે માથું હલાવવું જ તેમનો જવાબ હતો.

"ક્યારેક-ક્યારેક અસલી તાકાત જુદાઈ સહન કરવામાં નહીં,
પણ પાછા એક થવાના નિર્ણયમાં હોય છે."

અને એ જ રાત્રે નિર્ણય થઈ ગયો, અમે પાછા આવીશું.

આગલા અઠવાડિયે અમે બધા ફરી મોટા પાના 1BHK ઘરમાં પાછા ફર્યા. કોઈ મોટું આયોજન નહોતું, ન ટ્રક, ન મદદગાર, બસ અમે, બાંહોમાં થેલા, દિલોમાં આશા.

દાદા પથારી વાળતા બોલ્યા, "હવે ફરી ઘર જેવું લાગી રહ્યું છે." દાદીએ ખૂણામાં દીવો પ્રગટાવ્યો, આંખોમાં આંસુ, પર ચહેરો હસતો હતો. ફરીથી એ જ અવાજો, વાસણોનો ખણખણાટ, બાળકોનું હાસ્ય, વડીલોની બૂમો, તે સંગીત જે અમારા ઘરમાંથી ખોવાઈ ગયું હતું, પાછું આવ્યું.

"ઘરનું માપ ચોરસ ફૂટથી નથી થતું, પણ તે દિલોથી થાય છે
જે તેને વહેંચવા માટે તૈયાર હોય."

હા, ઘર નાનું હતું. બે રૂમ હવે ઘણા લોકો માટે હતા. કબાટમાં જગ્યા નહીં, રજાઈઓ જમીન પર. પર હવે જે હતું, તે હતું સંપૂર્ણતા.

સાંજ ફરી જીવંત થઈ ગઈ. પા ફરી અમને બહાર લઈ જતા, ક્યારેક પાર્ક, ક્યારેક ગલીમાં ફરવા. મોટા પા અમને મંદિર લઈ જતા, તેમની સ્થિરતા અમને ટેકો આપતી. તહેવારો ફરી રોશન થયા, જન્મદિવસ ફરી મીઠા લાગ્યા, અને ઘર ફરી ઘર બની ગયું. પણ આ વાપસી માત્ર બાળકોના હાસ્યની નહોતી, આ દિલોની મરામત હતી.

મેં સૌથી પહેલા બદલાવ જોયો મારા ભાઈ અને બહેનમાં. હવે તેઓ સ્કૂલથી રડતા નહોતા ફરતા, ભાગીને ઘરે આવતા હતા, એકસાથે રમતા, ખાતા, ઝઘડતા, હસતા, સૂતા. તેમની માસૂમિયત ફરી ખીલી ગઈ હતી.

મા અને મોટી મા ફરી એક થઈ ગઈ, સાથે કામ કરતી, હસતી, વાર્તાઓ વહેંચતી. તેમનું બહેનપણું ફરી ખીલી ઉઠ્યું.

અને પા અને મોટા પા, ફરી બે સ્તંભ બની ગયા. પા પોતાની હાસ્ય અને નરમાઈથી અમને લાડ લડાવતા. મોટા પા પોતાના અનુશાસન અને સ્થિરતાથી અમને સંભાળતા. બંને મળીને, અમારા માટે દીવાદાંડી બની ગયા.

"તાકાત માત્ર તોફાનોનો સામનો કરવામાં નથી હોતી,
પણ વારંવાર સાથે ચાલવાનો વિકલ્પ પસંદ કરવામાં હોય છે."

પડોશીઓ પૂછતા, "આટલા બધા લોકો એક નાના ઘરમાં કેવી રીતે રહો છો?" તે નહોતા સમજતા, જે તેમને અવ્યવસ્થા લાગતી હતી, એ અમને પરિવાર લાગતી હતી. જે તેમને સમાધાન લાગતું હતું, એ અમને પ્રેમ લાગતો હતો.

કારણ કે તે નાના ઘરમાં, એકલતા નહોતી. દરેક ખૂણો પોતાનુંપણું ગણગણતો હતો. દરેક પરેશાનીમાં ઘણા હાથ સાથે હતા. દરેક ઉત્સવ, ભલે નાનો હોય, વિશાળ લાગતો હતો, કારણ કે અમે સાથે હતા.

"ઐશો-આરામ જગ્યાથી નથી આવતો, તે એકતાથી આવે છે."

આજે પણ જ્યારે તે સમયને યાદ કરું છું, આંખો ભીની થઈ જાય છે. દુઃખથી નહીં, કૃતજ્ઞતાથી. અમે ડર, વિખૂટા પડવું, એકલતા બધું સહન કર્યું, પર સાથે બહાર નીકળી આવ્યા, અને પહેલાં કરતાં વધુ જોડાયેલા.

"પરિવાર ત્યારે નથી હારતો જ્યારે તે તૂટે છે,
તે ત્યારે હારે છે જ્યારે પાછું ફરવાનું ભૂલી જાય છે."

અને અમે પાછું ફરવાનું પસંદ કર્યું, મજબૂત થઈને, કોમળ થઈને, પહેલાં કરતાં વધુ નજીક થઈને. અમારા ઘરની તિરાડો અમારી ઓળખ બની ગઈ. અમારું

ઘર દીવાલોથી નહીં, પ્રેમથી બન્યું. અને જો હું દુનિયાને એક વાત કહી શકું, તો તે એ જ હશે,

"જ્યારે જુદાઈ તોફાન કરતાં વધુ ચુભે, તો સમજો,
પાછા ફરવાનો સમય આવી ગયો છે."

કવિતા

પૂર આવ્યું, પણ સંગાથે થામ્યું,
તોફાને તોડ્યું, પણ દિલ ન હાર્યું.
પાણી ડૂબાડી ગયું, ચૂપકીદીએ ચૂભ્યું,
પણ એકતાએ ફરી જીવન સજાવ્યું.

બે ઘરોમાં વહેંચાયા, દિલ રડ્યા રાત,
દિવસ સૂના, સપના થયા માત.
પણ તિરાડોમાંથી ફરી ઉજાસ ડોકાયો,
પ્રેમે દરેક દર્દને પીગળાવ્યો.

પાછા ફર્યા અમે ફરી એક આલિંગનમાં,
ભીડભર્યું ઘર, પણ દિલોના જોશમાં.
જગ્યા સાંકડી, પણ દિલ વિશાળ,
કારણ કે સાચા સંબંધો રહે છે બેમિસાલ.

તો જો પૂછો, ઘર શું હોય છે?
ન દીવાલો, ન આંગણાની ચોખટ.
ઘર તે હોય છે જ્યાં પ્રેમ થંભી જાય,
જ્યાં પરિવાર ફરીથી સાથે આવી જાય.

***

પ્રકરણ ૪. તૂટ્યા, પણ હાર્યા નહીં

"કેટલાક દિવસો સૂર્યોદયથી શરૂ નથી થતા... તેઓ એક એવી ચીસથી શરૂ થાય છે જેને તમે ક્યારેય ભૂલતા નથી."

તે સવાર, કોઈ પણ અન્ય સવારની જેમ જ હતી, સાધારણ, શાંત અને નિયત. મારા પિતાજી કામ માટે વહેલા નીકળી ગયા, પોતાની જાણીતી બે પૈડાવાળી ગાડી પર સવાર થઈને. તેમણે આવું હજારો વખત કર્યું હતું. તે દિવસે પણ સૂરજ એ જ રીતે ઊગ્યો, પક્ષીઓએ એ જ રીતે ગીત ગાયા, અને અમે બધા પણ પોતાની જિંદગીમાં એ જ રીતે લાગેલા રહ્યા... આ વાતથી પૂરી રીતે બેખબર કે તે સાંજ સુધીમાં, જેને અમે 'સામાન્ય' કહેતા હતા, તે ટુકડા-ટુકડામાં વિખેરાઈ જશે.

પરંતુ તે સવાર માત્ર કોઈ સવાર નહોતી, તે ૭ સપ્ટેમ્બર ૨૦૧૪, ગણેશ ચતુર્થીનો દિવસ હતો. જ્યારે સુરત શહેર બાધાઓને હરનારા ગણપતિ બાપાનો ઉત્સવ ઉજવી રહ્યા હતાં, ત્યારે અમારું પોતાનું ઘર સૌથી મોટી બાધા સાથે ટકરાવવાનું હતું. દૂરથી ઢોલ-નગારાના અવાજો, "ગણપતિ બાપા મોરયા" ના જયકાર... અમારી જિંદગીમાં એક નિસ્તબ્ધ ચીસમાં ડૂબી ગયા, જેને નિયતિએ અમારા માટે લખી રાખી હતી.

બપોર ઢળતી હતી, ફોન વાગ્યો.
તે પા નહોતા.
તે કોઈ ઓળખીતા પણ નહોતા.

આ એક અજાણ્યા વ્યક્તિનો અવાજ હતો, સરકારી હોસ્પિટલના ઇમરજન્સી વિભાગની એક નર્સ. તેમનો અવાજ પ્રોફેશનલ હતો, પર તેમાં કંઈક એવું હતું જેણે અમારા દિલોને ખોલીને રાખી દીધા. "એક માણસને ઇમરજન્સી વોર્ડમાં

લાવવામાં આવ્યો છે. તેના પાકીટમાં આ નંબર મળ્યો છે. તે ગંભીર હાલતમાં છે. કૃપા કરીને તરત અહીં આવી જાઓ."

તે બટવો, એ જ નાનો કથ્થઈ બટવો જેને અમે પાને વર્ષોથી પોતાના શર્ટના ખિસ્સામાં રાખતા જોયો હતો, એ જ તેમની ઓળખનો એકમાત્ર સુરાગ બની ગયો હતો. હવે, તે બટવો લોહી, કાદવ અને ખામોશીમાં લપેટાયેલા એક માણસની પાસે પડ્યો હતો.

અમે એક સેકન્ડ પણ બરબાદ ન કરી. અમે બધું છોડીને ભાગ્યા. અમારા પગ તેજ ચાલી રહ્યા હતા, પરંતુ અમારી આસપાસની દુનિયા જાણે ધીમી પડી ગઈ હતી. બહાર શહેરમાં હજી પણ ચહલપહલ હતી, પરંતુ અમારા અંદર એક તોફાન શરૂ થઈ ચૂક્યું હતું.

હોસ્પિટલમાં અફરા-તફરી મચી હતી, લોકો રડી રહ્યા હતા, નર્સો બૂમો પાડી રહી હતી, ઝાંખા ગલિયારાઓમાં સ્ટ્રેચર ગબડી રહ્યા હતા. અમે ભાગીને ઇમરજન્સી રૂમમાં પહોંચ્યા, અને જ્યારે અમે આખરે તેમને જોયા... અમે તૂટીને વિખેરાઈ ગયા.

મારા પા ત્યાં પડ્યા હતા, ઓળખમાં પણ નહોતા આવી રહ્યા.

તેમના કપડાં લોહી અને ગટરના પાણીમાં ભીંજાયેલા હતા. કાદવ તેમના હાથોથી ચોંટેલો હતો. તેમનું શરીર ધ્રૂજી રહ્યું હતું, હજી પણ જીવન માટે સંઘર્ષ કરી રહ્યું હતું. તેમનો ચહેરો પીળો હતો. આંખો બંધ હતી. શ્વાસ ચાલી રહ્યો હતો, પણ બસ નામ માત્રનો.

એક પળ માટે, મેં માનવાથી ઇનકાર કરી દીધો કે આ તે જ છે. મારું મન ચીસ પાડી ઊઠ્યું, "આ મારા પિતા ન હોઈ શકે." પણ પછી, મેં તેમના હાથ જોયા. એ જ હાથ જે ક્યારેક મને સાયકલની સવારી કરાવતા હતા, હવે નિર્જીવ અને ઠંડા પડ્યા હતા. એ જ શર્ટનું ખિસ્સું જ્યાં તે મારા માટે ટૉફી રાખતા હતા, હવે લોહીથી લથબથ હતું. પોતાના હીરોને તૂટેલા જોવાની માટે કોઈ વસ્તુ તમને તૈયાર નથી કરતી. પછીથી અમને ખબર પડી કે શું થયું હતું.

એક બેદરકાર કારે તેમને પૂરી રફ્તારથી ટક્કર મારી અને પાછળ ફરીને જોયા વિના ભાગી ગઈ. તેમનું વાહન કોઈ રમકડાની જેમ એક તરફ ફેંકી દેવામાં આવ્યું હતું. ટક્કર ભયંકર હતી, એક એવી અસર જે દુનિયાને એક પળમાં શાંત કરી દે છે. પાનું શરીર રસ્તા કિનારેની પાણીની નહેરમાં જઈ પડ્યું, જ્યાં કાદવ ભરેલા પાણીએ તેમને અડધા ગળી લીધા, અને દર્દની ચારે બાજુ ખામોશી લપેટાઈ ગઈ.

લગભગ પાંચ કલાક સુધી, પા તે જ નહેરમાં પડ્યા રહ્યા, ગતિહીન, અદ્રશ્ય, અનસુના. કલ્પના કરો: શહેરમાં ગણેશ પ્રતિમાઓ સંગીત સાથે લઈ જવામાં આવી રહી છે, લોકો ઉત્સવમાં નાચી રહ્યા છે, અને એ જ શહેરમાં, મારા પિતા સેંકડો લોકોની નજરોથી ઓઝલ, ગંદા પાણીમાં ચૂપચાપ લોહી વહાવી રહ્યા હતા. તે દિવસે ઇન્સાનિયત હારી ગઈ હતી, પરંતુ નિયતિએ તેમને સંભાળી રાખ્યા.

લગભગ પાંચ કલાક સુધી, તે ત્યાં પડ્યા રહ્યા, ન હલતા, ન બોલતા, ન હોશમાં. તેમનું શરીર તૂટી ગયું હતું, હાડકાં તૂટી ગયા હતા, કરોડરજ્જુ નષ્ટ હતી, લોહી ધીમે-ધીમે તેમની નીચેની ધરતીમાં સમાઈ રહ્યું હતું. તેમની આસપાસનું પાણી ધીમે-ધીમે લાલ થઈ ગયું, પરંતુ દુનિયા એમનેમ આગળ વધતી રહી જાણે કંઇ થયું જ ન હોય.

લોકો પસાર થતા રહ્યા, ગાડીઓ તેજ ચાલતી રહી. જિંદગી ચાલતી રહી, પણ કોઈએ તેમને ન જોયા.

તે દિવસે, ઇન્સાનિયતે તેમને નિરાશ કર્યા, પર કિસ્મતે નહીં. કોઈક રીતે, તૂટેલા હાડકાં અને ઉખડતા શ્વાસ છતાં, તેમનું દિલ ધબકતું રહ્યું, હઠપૂર્વક, ધીમે-ધીમે, હાર માનવાનો ઇન્કાર કરતાં.

પછી... આખરે. દયા એક અજાણ્યા વ્યક્તિના રૂપમાં આવી. એક યુવાન છોકરો, કદાચ ભાગ્યએ જ મોકલ્યો હતો, જેણે પાણીમાં મુશ્કેલીથી દેખાઈ રહેલી તે આકૃતિને જોઈ. કોઈ વસ્તુએ તેને રોકાવા પર મજબૂર કર્યો. હોઈ શકે છે આ અંતર્જ્ઞાન હોય, હોઈ શકે છે આ બ્રહ્માંડ તરફથી એક ધીમો અવાજ

હોય. તે નજીક આવ્યો, અને તેણે જે જોયું, તેણે બધું બદલી દીધું. એક સેકન્ડ પણ બરબાદ કર્યા વિના, તેણે મદદ માટે અવાજ લગાવ્યો.

તે છોકરો જીવન અને મૃત્યુ વચ્ચેનો પુલ બની ગયો. આજે પણ, હું માનું છું કે તે માત્ર રાહગીર નહોતો, તે માનવ રૂપમાં એક ફરિશ્તો હતો. જો તેણે તે દ્રશ્યને નજરઅંદાજ કરી દીધું હોત, જો તે ચાલ્યો ગયો હોત, તો હું આ પ્રકરણ ન લખી રહી હોત.

એક એમ્બ્યુલન્સ આવી. અને તેની સાથે, એક નવી લડાઈ શરૂ થઈ.

જ્યારે અમે તેમને જોયા, તો અમે શ્વાસ પણ નહોતા લઈ શકતા. મારી માના પગ જવાબ દઈ ગયા. મારા દાદા-દાદી પ્રાર્થનાઓ ગણગણતા રહ્યા. મારા ભાઈ-બહેન અને હું સ્થિર ઊભા હતા, રડવા માટે પણ ખૂબ આઘાતમાં હતા. તે હંમેશા અમારા રક્ષક રહ્યા હતા. અને હવે તે એક ઘાયલ બાળકની જેમ દેખાઈ રહ્યા હતા, અસહાય અને તૂટેલા.

ડોક્ટરોએ ઝડપથી કામ કર્યું.

ઈજાઓ ગંભીર હતી. અંદરનું રક્તસ્રાવ હતું, માથામાં ઈજા હતી, અને તેમની કરોડરજ્જુ તૂટી ગઈ હતી. તે કમરથી નીચે પક્ષઘાત (પેરાલાઇઝ્ડ) ના શિકાર થઈ ચૂક્યા હતા. ડોક્ટરે કહ્યું, "આવનારા ૨૪ કલાક બધું નક્કી કરશે. અમે જે કરી શકતા હતા, કરી દીધું. હવે આ તેમના પર છે."

તે શબ્દો ચાકૂ જેવા હતા.

તમે ૨૪ કલાક સુધી કેવી રીતે રાહ જુઓ!, એ જાણતા હોવ કે દરેક સેકન્ડ છેલ્લી હોઈ શકે છે? હોસ્પિટલની ઘડિયાળ દુશ્મન બની ગઈ, દરેક ટિક-ટિક વાદળની ગર્જના કરતાં વધુ તેજ લાગી રહી હતી.

અને અમે રાહ જોતા રહ્યા.

અમે એ રીતે રાહ જોતા રહ્યા જેમ લોકો પહાડની ટોચ પર લટક્યા હોય. અમે નિરાશા સાથે પ્રાર્થના કરી. મોનિટરની દરેક બીપ આશાની લય જેવી મહેસૂસ થઈ રહી હતી. મારી મા ICUની બહાર હાથ જોડીને બેઠી હતી, વારંવાર તેમનું

નામ ગણગણી રહી હતી. મારા દાદા-દાદીએ ઘરે દીવા પ્રગટાવ્યા અને ત્યાં સુધી ખાવાથી ના પાડી દીધી જ્યાં સુધી પા આંખો ન ખોલે.

"ક્યારેક-ક્યારેક, પ્રેમનો જોરદાર અવાજ નથી હોતો. તે પ્રાર્થનાઓમાં વારંવાર દોહરાવવામાં આવતી ધીમી વાત હોય છે, જ્યાં સુધી બ્રહ્માંડ સાંભળી ન લે."

અને આખરે... બ્રહ્માંડે સાંભળ્યું.
પા બચી ગયા.
પરંતુ તે ઠીક થઈને ન જાગ્યા.

અકસ્માતે તેમની પાસેથી માત્ર ચાલવાની ક્ષમતા જ નહોતી છીનવી લીધી. તેણે અમારી શાંતિ છીનવી લીધી હતી. તેણે અમારી નિશ્ચિતતા ચોરી લીધી હતી. તેણે અમારી જિંદગીને, જેવી કે અમે જાણતા હતા, રોકી દીધી હતી. અમે એક નવી વાસ્તવિકતામાં પ્રવેશ કર્યો, જે હોસ્પિટલો, થેરાપી, દવાઓ અને અજાણ્યા વાતોથી ભરેલી હતી.

અને લગભગ બે વર્ષ સુધી, તે પોતાની ગરદન પણ મુશ્કેલીથી હલાવી શકતા હતા. કલ્પના કરો, આખો દિવસ સીધા સૂતા રહેવું, અહીં સુધી કે પોતાના પ્રિયજનોને જોવા માટે ફરી પણ ન શકવું. એ તેમની કેદ હતી, તેમ છતાં તેમણે તેને સહન કરી. અને તે બધા દર્દની વચ્ચે, કંઈક અસાધારણ ઊભરી આવ્યું.

મોટા પા. તે માત્ર આગળ ન આવ્યા, તે અમારા સ્તંભ, અમારી શરણ, અમારી તાકાત બની ગયા. ચૂપચાપ, કહ્યા વિના, તે પોતાના ભાઈની બાજુમાં એક છાયાની જેમ ઊભા રહ્યા જે ક્યારેય નહીં જાય.

"અસલી તાકાત વજન ઉઠાવવામાં નથી... પણ લોકોને ત્યારે ઉઠાવવામાં છે જ્યારે તેઓ પોતાના દમ પર ઊભા ન થઈ શકે."

જ્યારે પાએ ફરીથી પોતાની આંખો ખોલી, તો તેમનામાં કંઈક બદલાઈ ગયું હતું. માત્ર તેમનું શરીર નહીં, તેમનો અવાજ, તેમની નજર, અહીં સુધી કે તેમની ખામોશી પણ વધુ ભારે મહેસૂસ થઈ રહી હતી. તેમના માથા પરના ટાંકા ઊંડા હતા. તેમની કરોડરજ્જુને ગંભીર નુકસાન પહોંચ્યું હતું. અને સૌથી ખરાબ ભાગ... તેઓ પોતાના પગ હલાવી નહોતા શકતા.

ડૉક્ટરે તેને આંશિક પક્ષઘાત (partial paralysis) કહ્યું. તેમણે વસ્તુઓ સમજાવી, સિગ્નલ, નસો, કરોડરજ્જુનું દબાવવું. અમે આમાંથી કંઈ ન સાંભળ્યું, અમને બસ તે માણસ દેખાયો જે ક્યારેય અમને પોતાના ખભા પર ઉઠાવતો હતો, હવે સ્થિર પડ્યો હતો, પોતાના પગ પણ ઉઠાવી નહોતો શકતો.

તે શરૂઆતના દિવસોમાં, તેમણે એકવાર તૂટેલી ગણગણાહટમાં પૂછ્યું, "શું હું ફરી ક્યારેય તમારી સાથે નાચી શકીશ?" અમારામાંથી કોઈમાં પણ જવાબ આપવાની હિંમત નહોતી. ખામોશી સત્ય કરતાં વધુ ભારે હતી.

મારા મોટા પા વધુ ન બોલ્યા. તે જોરથી ન રડ્યા કે મોટા-મોટા એલાન ન કર્યા. પરંતુ દરેક રાત, તે હોસ્પિટલમાં હતા. તે વધારાના કપડાં લાવતા. પથારીની બાજુમાં ચૂપચાપ બેસતા. દર્દથી જ્યારે પાનું કપાળ પરસેવો પાડતું તો લૂછતા. જ્યારે તે ખાવા માટે ખૂબ થાકેલા હોય તો ચમચી તેમના હોઠો સુધી લાવતા. તે મોનિટરોને જોતા જેને જોવાથી અમે ડરતા હતા.

કોઈએ તેમને ન કહ્યું. કોઈને કહેવાની જરૂર ન પડી. તે બસ આવી ગયા. સતત ચાર મહિના સુધી.

મેં એકવાર તેમને પાના ધાબળાને એટલી નરમાઈથી વાળીને જોયો, જેમ તે કોઈ પવિત્ર વસ્તુ હોય. મેં તેમને પૂછ્યું કે શું તે થાકેલા છે, અને તેમણે બસ સ્મિત કરી દીધું: "હું બીજું શું કરીશ? તે મારો ભાઈ છે."

અહીં સુધી કે નર્સો પણ તેમના વિશે ધીમેથી વાત કરતી હતી. એકે તેમને "દયાળુ આંખોવાળો તે માણસ" કહ્યો. તેમણે પણ તે અનોખા, દુર્લભ પ્રકારનો પ્રેમ જોયો.

મને એક રાત યાદ છે જેણે મારા અંદર કંઈક તોડી નાખ્યું... અને કંઈક વધુ મજબૂત બનાવી દીધું.

આ બીજા મહિનાની વાત હશે. હોસ્પિટલ અમારું બીજું ઘર બની ચૂક્યું હતું, ઠંડી બેન્ચો, એન્ટિસેપ્ટિકની ગંધ, હાથ જોડીને ગણગણાયેલી શાંત પ્રાર્થનાઓ. તે રાત, લગભગ ૩ વાગ્યે, પાના શરીરમાં ખેંચ શરૂ થઈ ગઈ. મશીનો અલાર્મ વગાડવા લાગ્યા. મારી મા નર્સને બોલાવવા દોડી. હું જામી ગઈ. પણ મારા

મોટા પા... તે હિચકાયા નહીં. તેમણે પાનો હાથ કસીને પકડ્યો અને ઝુકીને તેમના કાનમાં ગણગણ્યું જેમ તે કોઈ સૂતેલા બાળક સાથે વાત કરી રહ્યા હોય. "રાજૂ ચિંતા નહિ કર... હું અહીં છું. તું એકલો નથી. બસ શ્વાસ લે."

નર્સ ભાગતી આવી, જલ્દીથી ઇન્જેક્શન આપ્યું. ધીમે-ધીમે, ધ્રુજારી રોકાઈ. પણ મોટા પાએ તે હાથ ન છોડ્યો, બાકીની રાત પણ નહીં.

વહેલી સવારની આસપાસ, મેં તેમને બસ થોડી મિનિટો માટે ICUમાંથી બહાર નીકળતા જોયા. હું ચૂપચાપ તેમની પાછળ ગઈ. મેં તેમને અંધારા ગલિયારામાં દીવાલના સહારે ઝૂકેલા જોયા, ચહેરો હાથોમાં છુપાવેલો. એ એકમાત્ર સમય હતો જ્યારે મેં તેમને રડતા જોયા. શાંત આંસુ, કોઈ સિસકારો નહીં, કોઈ અવાજ નહીં. બસ તે દર્દ જે હફ્તાઓથી ગળી ગયા હતા, આખરે ભરતીની જેમ ઉપર ઉઠી રહ્યું હતું.

જ્યારે તેમણે મને જોઈ, તો તેમણે ઝડપથી પોતાનો ચહેરો લૂછ્યો અને સીધા ઊભા થઈ ગયા. "હું ઠીક છું," તેમણે કહ્યું. પણ હું ઠીક નહોતી. હું તે સૌથી મજબૂત માણસને પોતાના હૈયામાં તોફાન લઈને જોઈને ઠીક નહોતી.

તે રાત હતી જ્યારે મેં ખરેખર સમજ્યું કે જ્યારે પ્રેમ શબ્દો વિનાનો હોય તો કેવો દેખાય છે, કાચો, થાકેલો, દર્દ ભરેલો પ્રેમ જે છતાં આવે છે, છતાં પસંદ કરે છે, છતાં ટકે છે.

શાંત કવિતા

તેમણે બોલવા માટે ક્યારેય અવાજ ન ઉઠાવ્યો,
છતાં તેમણે ત્યારે તાકાત પકડી જ્યારે અમે કમજોર હતા,
શબ્દોની જરૂર નહોતી, કોઈ ભવ્ય પ્રદર્શન નહીં,
તેમની ખામોશીએ સૌથી અંધારા દિવસને રોશન કર્યો.

દર સાંજે આવતા, તે પોતાની જગ્યા પામતા,
એક કોમળ તાકાત, એક સ્થિર કૃપા.
કોઈ ઘડિયાળ નહીં, કોઈ દાવો નહીં,
કોઈ રાહ જોવાનો સંકેત નહીં,
તે બસ આવી ગયા, જે પ્રેમ કરે છે.

કોઈએ તેમને આવી ભૂમિકા ન આપી,
તેમણે તેને પસંદ કરી, પોતાની આત્મામાં સીવી,
નવ દિલોનો બોજ તેમણે કોઈ ફરિયાદ વિના ઉઠાવ્યો,
એક સંત જેવી તાકાત, જોકે તે સંત નહોતા.

આ લોહી નહોતું જેણે રેખા ખેંચી,
પરંતુ કંઈક ઊંડું, વધુ દિવ્ય,
એવું બંધન જેને સમય ન તોડી શકે,
બે ભાઈ, એક આત્મા, હંમેશા માટે બંધાયેલા.

લોકો કહે છે કે લોહીથી પરિવાર બને છે. પરંતુ આ કંઈક બીજું હતું. આ એક માણસ હતો જે દરરોજ ઉઠાવી રહ્યો હતો, નવ દિલોનો બોજ પોતાના ખભા પર, એ પણ તેને ક્યારેય બોજ કહ્યા વિના.

જ્યારે પા આખરે ઘરે પાછા ફર્યા, તો આ કોઈ ઉત્સવ જેવું નહોતું. આ કોઈ સુખદ અંત નહોતો. આ તે વસ્તુની એક શાંત, પીડાદાયક શરૂઆત હતી જેની અમે ક્યારેય કલ્પના નહોતી કરી, એક એવી જિંદગી જેના માટે અમે તૈયારી નહોતી કરી.

અમે તેમને ઘરે વ્હીલચેર પર નહીં, પણ એમ્બ્યુલન્સમાં લાવ્યા, સ્ટ્રેચર પર સીધા, ખામોશી અને ડરથી ઘેરાયેલા. તે હલી કે ફરી નહોતા શકતા, કરોડરજ્જુમાં તિરાડોના કારણે પોતાની ગરદન પણ ઉઠાવી શકતા નહોતા. તે માણસ જે ક્યારેય પહાડની જેમ ઊભો રહેતો હતો, હવે કાચની જેમ અંદર લાવવામાં આવ્યો.

લગભગ બે વર્ષ સુધી, પા પોતાની ગરદન બિલકુલ હલાવી ન શક્યા. તે અનંત રૂપે છતને જોતા રહેતા, તે અવાજોની તરફ પણ ફરવા માટે અસમર્થ જે તેમનું નામ પુકારી રહ્યા હતા. પોતાના બાળકોને જોવા માંગવાની ક્રૂરતાની કલ્પના કરો, પર એક ઇંચ પણ હલવામાં અસમર્થ હોવું. દરેક દિવસ ધીરજનો એક અભ્યાસ બની ગયો, કોઈના ઓશિકું ઠીક કરવા, માથું ઝુકાવવા, અથવા બસ એક દર્પણ પકડવાની રાહ જોવી જેથી તે દુનિયાને જોઈ શકે. તે બે વર્ષ દાયકાઓ જેવા લાગ્યા.

જ્યારે એમ્બ્યુલન્સ બિલ્ડિંગના પ્રવેશ દ્વાર પર રોકાઈ, અમારી આખી સોસાયટી બહાર ઊભી હતી. કેટલાકના હોઠો પર પ્રાર્થનાઓ હતી, અન્ય હાથ જોડીને ચૂપચાપ ઊભા હતા. કોઈએ એક શબ્દ ન કહ્યું, કારણ કે કોઈને સમજ ન પડી કે શું કહેવું!

તેમાંથી ઘણાએ તેમને પહેલાં જોગિંગ કરતા, ક્રિકેટ રમતા, કસરત કરતા જોયા હતા. પા હંમેશાથી એ જ હતા, તાકાતવર, ઉદાર, જીવનથી પણ મોટા.

તે વર્ષોથી જીમનાં શોખીન હતા. તેમનું અનુશાસન અડગ હતું. માંસપેશીઓવાળા, આત્મવિશ્વાસી, ફિલ્મી હીરોની જેમ ફિટ, તે એવા માણસ હતા જે માત્ર વજન ઉઠાવતા નહોતા, તે હૌસલા ઉઠાવતા હતા. લોકો તેમની ઊર્જાની પ્રશંસા કરતા હતા. બાળકો જ્યારે તે સવારની દોડમાંથી ફરતા તો તેમને જોઈને હાથ હલાવતા હતા. ઘરે પણ, તે અમારી શારીરિક અને ભાવનાત્મક તાકાત હતા.

અને હવે... તેમની માંસપેશીઓ ઢીલી પડી ગઈ હતી. તે ખૂબ મુશ્કેલીથી શ્વાસ લેતા હતા. તેમની પહેલાની ગર્વ ભરી મુદ્રા હવે સપાટ અને નિર્ભર પડી હતી. તે ખામોશી કરતાં વધુ ભારે કોઈ ખામોશી નથી હોતી જે કોઈ તૂટેલા માણસને ઘરે લાવવામાં આવે ત્યારે ઘેરી લે છે.

અમારા મજબૂત પા, જે ક્યારેય અમારા સાથે લિવિંગ રૂમમાં રમતા હતા, તેમને હવે બસ બેસાડવા માટે પણ લોકોનો સહારો લેવો પડતો હતો. તેમનો પલંગ લિવિંગ રૂમની વચ્ચોવચ, બારીની પાસે લગાવવામાં આવ્યો હતો. એટલે નહીં કે જગ્યા નહોતી, પરંતુ એટલે કે અમે તેમના પર નજર રાખી શકીએ, તેમની સાથે વાત કરી શકીએ, તેમને નજીક રાખી શકીએ.

તે પલંગ અમારા બ્રહ્માંડનું કેન્દ્ર બની ગયો. તે હવે માત્ર ફર્નિચરનો એક ટુકડો નહોતો; તે યુદ્ધનું મેદાન હતું જ્યાં અમે દરરોજ આશાને જીવંત રાખવા માટે લડતા હતા. દવાઓની ગંધ અગરબત્તીની ગંધ સાથે ભળી ગઈ.

ઘર મોટું નહોતું. મારા દાદા-દાદી એક રૂમમાં હતા. અમે બાકી બધા, હું, મારા ભાઈ-બહેન, મારી મા, મોટા પા, જેમ પણ થઈ શક્યું એ રીતે એડજસ્ટ થઈ

ગયા. પરંતુ મોટા પાએ અમને ક્યારેય મહેસૂસ ન થવા દીધું કે અમે કોઈને તકલીફ આપી રહ્યા છીએ. એકવાર પણ નહીં. તેમણે બસ જગ્યા બનાવી, ઘરમાં, પોતાના દિલમાં, પોતાની રોજિંદી દિનચર્યામાં.

અમારી કોઈ આવક નહોતી. મારા પિતા, અમારા તરફથી એકમાત્ર કમાણી કરનાર સભ્ય, હવે પથારી પર હતા. મારી માને પાની આખો દિવસ સંભાળ રાખવા માટે પોતાની નોકરી છોડવી પડી. તેમણે ક્યારેય એક દિવસ પણ પોતાની નોકરી વિના નહોતો વિતાવ્યો... અને હવે, તે પાનું શરીર ઉઠાવવું, તેમના ઘાવ સાફ કરવા, દવાઓનો સમય નક્કી કરવો, અને સૌથી પીડાદાયક, તેમના આંસુ લૂછવા શીખી રહી હતી.

પણ મોટી મા કહ્યા વિના આગળ આવી. તેમણે દરેક ભોજન આહાર સંબંધિત કાળજી સાથે સંભાળી લીધું. તે તેમના ખવડાવવાના કલાકો દરમિયાન પાની બાજુમાં બેસતી અને ધીમેથી કહેતી, "આશા ન છોડવી." ક્યારેક-ક્યારેક તે બેડ પરની ગંદી થયેલી ચાદરો ધોતી વખતે રડતી હતી, પરંતુ તેમણે અમને ક્યારેય પોતાની આંખોમાં હાર નથી જોવા દીધી.

કેટલીક રાતો એવી હતી જ્યારે હું તરસથી ઉઠતી અને રસોઈમાં રોશની જોતી. તે સમયે હંમેશા મોટી મા જ હતી, ખાવાનું ગરમ કરી રહી હતી, મારી મા માટે કંઈક હળવું ખાવાનું બનાવી રહી હતી, પાની સવારની દિનચર્યા માટે નરમ ભોજન તૈયાર કરતી. તે દર્દ અને ઉપચાર વચ્ચે એક પુલ બની ગઈ. અને મોટા પા, તે સ્તંભ બની ગયા જે તે તોફાનમાં પણ ન હલ્યો જેણે અમારી બનાવેલી દરેક દીવાલને તોડી દીધી હતી.

તેમણે અમારી સ્કૂલની ફી, પાના અનંત મેડિકલ બિલ, દવાઓ, ફિઝિયોથેરાપી, ટેસ્ટ અને મુસાફરીનો ખર્ચ ચૂકવ્યો અને તેમણે એકવાર પણ ન કહ્યું, "હું નથી કરી શકતો." તેમણે અમને એકવાર પણ મહેસૂસ ન કરાવ્યું કે અમે ખૂબ વધારે લઈ રહ્યા છીએ.

તે બસ આપતા ગયા.
અને આપતા ગયા.......અને આપતા રહ્યા.

તે વર્ષોમાં, પાએ પોતાના સતત બેડ સોર (bed sores) ની સારવાર માટે દસથી વધુ સર્જરીઓ પણ સહન કરી. દરેક સર્જરી એવી મહેસૂસ કરાવતી હતી જેમ માંડ-માંડ ઠીક થવા શરૂ થયેલા ઘાવને ફરીથી ખોલવામાં આવી રહ્યા હોય. જ્યારે પણ તેમને ઓપરેશન થિયેટરમાં લઈ જવામાં આવતા, અમે પ્રાર્થના કરતા હતા. ક્યારેક-ક્યારેક સર્જરી કામ કરતી હતી, તો ક્યારેક ઘાવ પહેલાં કરતાં ખરાબ થઈને પાછા આવતા હતા. આ દર્દનું એક ચક્ર હતું, પરંતુ પાએ આ બધું "હું કેમ?" પૂછ્યા વિના સહન કર્યું. તેમણે બસ ધીમેથી કહ્યું, "ચાલો ફરી કોશિશ કરીએ."

એક સાંજે, મેં સાંભળ્યું કે એક સંબંધી તેમને પૂછી રહ્યો હતો, "તમે આ બધું કેવી રીતે સંભાળી રહ્યા છો?"

તે હસ્યા, એ જ થાકેલું પણ કોમળ સ્મિત જે તે હંમેશા પહેરતા હતા, અને કહ્યું, "ભગવાને મને બે હાથ આપ્યા, એક કામ કરવા માટે છે. બીજો મારા ભાઈને થામવા માટે છે."

આજે પણ, વર્ષો પછી, મને નથી લાગતું કે મેં પ્રેમની આનાથી શુદ્ધ પરિભાષા ક્યારેય સાંભળી છે.

અને આ બધાની વચ્ચે... બે નાની આત્માઓ પણ હતી જે ખૂબ જલ્દી મોટી થઈ રહી હતી.

મારો ભાઈ અને બહેન માત્ર દસ વર્ષના હતા. ઉંમરથી બાળકો, પણ દિલથી યોદ્ધા. તેમને બહાદુર બનવાનું શીખવવામાં નહોતું આવ્યું. જિંદગી એ માંગ કરી હતી.

એક દિવસ, જ્યારે પા ખાઈ નહોતા શકતા, તો મારો ભાઈ એક નાની વાટકી દાળ-ભાત લઈને આગળ વધ્યો. તેના હાથ ધ્રૂજી રહ્યા હતા, પણ તેણે કહ્યું, "પા, હું આજે તમને ખવડાવીશ." તે પલંગના કિનારા પર ચડ્યો અને પોતાના નાના હાથોથી ખવડાવવાની કોશિશ કરી. આ અણઘડ હતું, ચમચી હલી, થોડું ઢોળાયું, પણ પાએ તેમ છતાં પોતાનું મોં ખોલ્યું. કદાચ ભૂખથી નહીં, પણ પ્રેમથી.

કોઈએ મારા ભાઈને આવું કરવા કહ્યું ન હતું. કોઈએ તેને શીખવ્યું પણ ન હતું. પણ ક્યાંક, તે નાના છોકરાની અંદર, તેણે કંઈક એવું સમજી લીધું હતું જેને પુખ્ત વયના લોકો અવારનવાર ભૂલી જાય છે, જ્યારે તમારું કોઈ પ્રિયજન પડી જાય છે, તો તમે રાહ નથી જોતા કે તમને બતાવવામાં આવે કે શું કરવું છે. તમે બસ આવી જાઓ છો.

અને મારી બહેન, તે પલંગની પાસે બેસતી હતી, ચૂપચાપ પાને સૂતા જોતી હતી. એક સાંજે, મેં તેને છતના પંખા સામે જોયને ધીમેથી કહેતા સાંભળી, "પ્લીઝ ભગવાન, તેમને ઠીક કરી દો. હું હંમેશા માટે સારી રહીશ એ વચન છે." તેણે અમારી સાથે વધુ વાત ન કરી. પણ તેણે ઉપર જોય ને જાણે ભગવાનને પ્રાર્થના કરી રહી હોય એમ બધું કહી દીધું.

આ બાળકો ક્યારેક રમકડાવાળા સ્ટેથોસ્કોપથી ડૉક્ટર-ડૉક્ટર રમતા હતા. હવે, તે એક અસલી હોસ્પિટલના પલંગની પાસે ઊભા હતા, અસલી સાહસ શીખી રહ્યા હતા. અને તેમ છતાં, મોટા પાએ એકવાર પણ બોજને દેખાવા ન દીધો.

તે કામ પર જતા....તે પાણી ટપકતા નળ ઠીક કરતા.
તે દવાઓના બિલ ઓછા કરવા માટે કેમિસ્ટો સાથે દલીલો કરતા.

જે દિવસે અમે તૂટી જતા, તે અમને ચૂપચાપ ગળે લગાવતા. અને દરેક વખતે જ્યારે લાક્ષણિક કે શાબ્દિક રીતે રોશની ચાલી જતી, તે જ હતા જે સ્વિચને ફરીથી શોધતા હતા.

"સાચું સાહસ જોરદાર કામ નથી હોતું. તે પ્રેમનાં નાના-નાના કાર્યોમાં જોવા મળે છે જે દુનિયાને પડતા બચાવે છે."

દિવસો મહિનાઓમાં બદલાઈ ગયા, અને પાનું શરીર નિશાનો અને અસ્તિત્વનો એક નકશો બની ગયું. બેડ સોર ક્રૂર હતા, ઊંડા, પીડાદાયક અને સતત, કેટલાક ઘાવને અઠવાડિયા લાગ્યા ઠીક થવામાં; અન્ય એક ક્રૂર યાદ અપાવતા પાછા આવતા હતા કે જીવન કેટલું નાજુક થઈ ગયું હતું. ક્યારેક-ક્યારેક, અમને દિવસમાં બે વાર ડૉક્ટરને બોલાવવા પડતા હતા. લિવિંગ રૂમ એક કામચલાઉ

હોસ્પિટલમાં બદલાઈ ગયો, અને તેમ છતાં, પાએ એકવાર પણ દયાની ભીખ ન માંગી.

મને આજે પણ યાદ છે કે તે કેવી રીતે રડતા હતા, જોરથી નહીં, પણ ચૂપચાપ... ડૉક્ટર જ્યારે તેમની પટ્ટીઓ બદલતા હતા તો તેમના ચહેરા પરથી શાંત આંસુ સરકતા હતા. તે અવાજને રોકવા માટે પોતાના હોઠ દબાવી દેતા હતા, પોતાના માટે નહીં, પરંતુ એટલા માટે કે અમે સાંભળી ન લઈએ. તે અમારું દુઃખ બનવા માંગતા નહોતા. અને કોઈક રીતે, પોતાના કષ્ટમાં પણ, તે હજી પણ અમારી રક્ષા કરવાની કોશિશ કરી રહ્યા હતા.

અમે બધું જ અજમાવ્યું, મોંઘા ફિઝિયોથેરાપી સેશનથી લઈને ઘરના બનાવેલા આયુર્વેદિક તેલો સુધી જે હવાને આશાની સુગંધથી ભરી દેતા હતા. એકવાર કોઈકે એક આધ્યાત્મિક ઉપચારકર્તાને પણ બોલાવ્યા. તેમણે પોતાના હાથ ધીમેથી પાના ઘૂંટણ પર મૂક્યા અને પ્રાર્થનાઓ ગણગણી, જાણે કે સુન્ન થયેલી નસો તેમના સ્પર્શથી ફરીથી સારી થઇ જાય.

પણ આ જ સમય દરમિયાન કંઈક બીજું પણ શરૂ થયું, કંઈક એવું જેના વિશે અમે આજે પણ વાત કરવામાં ખચકાઈએ છીએ. હોસ્પિટલમાં, પા ધ્રૂજતા અવાજમાં ધીમેથી કહેતા, "મને લાગે છે કે કોઈ મારી પાસે બેઠું છે." ક્યારેક-ક્યારેક, તે કહેતા હતા કે એવું મહેસૂસ થાય છે જેમ ન દેખાતા હાથ તેમને ખેંચી રહ્યા છે, દૂર લઈ જવાની કોશિશ કરી રહ્યા છે. પાયલનો અવાજ જે કોઈ પહેરતું નહોતું, ગલિયારાઓમાં ઝાંખો ગુંજતો હતો. અમે ક્યારેય બહારના લોકોને ન જણાવ્યું, પણ પરિવારની અંદર, અમે જાણતા હતા કે વિજ્ઞાનથી પરે કંઈક તે રાતોમાં અમારી સાથે ચાલી રહ્યું હતું. કદાચ એક દિવસ, આ વાર્તા પોતાના બીજા પુસ્તકમાં ખોલીશ. અત્યારે, આ પ્રકરણની અંદર બંધ એક છાયાદાર સ્મૃતિ બની રહે છે.

"શું હું ફરી ક્યારેય ચાલી શકીશ?" પાએ એકવાર પૂછ્યું, આંખો શાંત નિરાશાથી ઘેરાયેલી હતી.

અને તે પળ, રૂમમાં ખામોશી ભરાઈ ગઈ. તે ખામોશી જે આરામ નથી આપતી પરંતુ દમ ઘૂંટી નાખતી હતી.

પણ મોટા પા, હંમેશાની જેમ, આગળ વધ્યા અને એક એવા અવાજમાં જવાબ આપ્યો જે એક વચન જેવો મહેસૂસ થયો: "તું ચાલશે કદાચ આજે કે કાલે... પણ ત્યાં સુધી, અમે તારા માટે ચાલીશું."

વર્ષો સુધી, મોટા પા દરેક તે પગલું ચાલ્યા જે પા નહોતા ચાલી શકતા. હોસ્પિટલના પ્રવાસો, દવાઓ લાવવી, સ્કૂલની મીટિંગ, બેંકની લાઈનો, કરિયાણું, બધું જ તે ભાઈ માટે જે ક્યારેય હાલતો-ચાલતો હતો, પણ હવે એક જ જગ્યા પર પડ્યો હતો.

"પ્રેમ હંમેશા ભવ્ય ઈશારાઓ જેવો નથી દેખાતો. ક્યારેક-ક્યારેક, તે એ વ્યક્તિની બાજુમાં ચૂપચાપ ચાલવા જેવો દેખાય છે જે હવે હલી નથી શકતો."

મારી મા, તેમણે પોતાની નોકરી, પોતાની ઓળખ, પોતાની સ્વતંત્રતા છોડી દીધી. પરંતુ તેમણે એકવાર પણ પસ્તાવો ન દર્શાવ્યો. તેમણે નુસ્ખાઓ વાંચવા, સર્જિકલ ઘાવ સાફ કરવા, ધ્રૂજતા હાથોથી એક આખા માણસને ઉઠાવવાનું શીખ્યું, અને સૌથી મહત્ત્વપૂર્ણ, જ્યારે તેમની આત્મા તૂટવાની ધમકી આપતી હતી તો તેને થામી રાખવી. તેમનો પ્રેમ ભયંકર પણ શાંત હતો, અથાક, પણ ક્યારેય માંગ ન કરનારો.

કેટલીક સવાર એવી હતી જ્યારે થાકથી તેમના હાથ ધ્રૂજતા હતા, તેમ છતાં ચા ક્યારેય ન છલકાઈ. કેટલીક રાતો એવી હતી જ્યારે તેમની પીઠ આરામ માટે ચીસ પાડતી હતી, તેમ છતાં તે દર કલાકે, ઘાવના દર્દને ઓછો કરવા માટે, તેમને ધીમેથી પલટાવતી રહેતી હતી. જો તાકાતનો કોઈ ચહેરો હોત, તો કદાચ મારી મા જેવો દેખાત, જે નિરાશાને દરવાજાથી અંદર નથી આવવા દેતી.

મારી મોટી માએ ક્યારેય મારી માને એકલા ન ચાલવા દીધા. તેમણે દરેક ભોજન કાળજી સાથે પકાવ્યું, સુનિશ્ચિત કર્યું કે પાનું ભોજન ડૉક્ટરના કહ્યા પ્રમાણે હોય, અને પલંગની ચાદરોમાંથી લોહીના ડાઘ ધોતી વખતે ચૂપચાપ રડતી હતી.

તે પોતાના આંસુ વહેતા નળમાં છુપાવતી હતી, પાણીને તેમને દૂર લઈ જવા દેતી હતી. અને જ્યારે તે પાના પલંગની પાસે પાછી ફરતી હતી, તો તેમની

આંખો ફરીથી સૂકી રાખતી, કારણ કે અમારા ઘરમાં, આશાએ પડી ગયા પછી પણ ઊભા રહેવાનું શીખ્યું હતું.

અમારા પરિવારે તમામ પરિભાષાઓને ઝાંખી કરી દીધી. 'તમારા બાળકો' અને 'અમારા બાળકો' જેવું કંઈ નહોતું. બસ 'અમે' હતા. અમે એક જ મેજની ચારેબાજુ બેસતા હતા, એક જ રૂમમાં રડતા હતા, અને એક જ શ્વાસથી પ્રાર્થના કરતા હતા.

તે એકલ શ્વાસ, જે નવ દિલોમાં વહેંચાયેલો હતો. જ્યારે અમારામાંથી કોઈ તૂટતું, તો બીજું એને સાંભળી લેતું. જેમકે જ્યારે અમારામાંથી કોઈ શબ્દ ભૂલી જતું, તો બીજું જોરથી ગાતું.

અને પછી તે સવાલ આવ્યો જેનાથી અમે મહિનાઓથી બચી રહ્યા હતા. "અમે ક્યાં સુધી આવી રીતે જીવિત રહી શકીએ છીએ?"

હોસ્પિટલના બિલ જંગલની આગની જેમ વધી રહ્યા હતા. અમારી બચત ખાલી થઈ રહી હતી. મારા પિતાની તાકાતની સાથે આવક પણ ચાલી ગઈ હતી. મારી માએ પોતાનું કામ છોડી દીધું હતું. અને જોકે ઘર પ્રેમથી ભરેલું હતું, પર તે શાંત ડરથી ગુંજતું હતું, અમે નવ લોકોને કેવી રીતે ખવડાવીશું, ઘર કેવી રીતે ચલાવીશું, અને મારા પિતાની સારવાર કેવી રીતે ચાલુ રાખીશું.

આ કેટલું ડરામણું છે કે સંખ્યાઓ કેટલી જલ્દી આત્માને કચડી શકે છે, બિલ, બાકી, દવાની પાવતીઓ, પરંતુ તે ડરે અમારા ઘરની ભાષા ક્યારેય ન શીખી. અમારા ઘરમાં હંમેશા ડરનો સામનો વિશ્વાસથી થયો, અને વિશ્વાસે કામ કરવાનું શીખ્યું.

એક સવારે, ધ્રૂજતા હોઠો અને એક અડગ આત્મા સાથે, પાએ મને જોઈ અને કહ્યું, "આપણે ફરીથી કેટરિંગનો વ્યવસાય શરૂ કરીશું. હું હલી નથી શકતો... પણ હું હજી પણ સંભાળી શકું છું. હું તને દરેક વસ્તુમાં માર્ગદર્શન આપીશ. અને આ વખતે, આપણે તેનું નામ તારા નામ પર રાખીશું, 'હિનાલી કેટરર્સ'."

તે સ્થિર હતા, પણ તેમનું સપનું નહોતું. અમે દુર્ઘટનાના પૂરા બે વર્ષ પછી કેટરિંગનું કામ બંધ કરી દીધું હતું, વાસણો સૂઈ ગયા હતા, કડછીઓ શાંત થઈ

ગઈ હતી, અને તેમ છતાં, પોતાના પલંગ પરથી, તેમણે ફરીથી ચૂલો સળગાવ્યો. (લોકો પણ તેને 'હિનાલી કેટરર્સ' કહેવા લાગ્યા, પરંતુ તેમને નામની પરવા નહોતી, તેમને લોકોને સારું ખવડાવવાની પરવા હતી.)

તે નામ, મારું નામ, એક નવી પ્રકારની જવાબદારી બની ગયું. તે વિરાસતનું પ્રતીક જેને તે પલંગ પરથી પણ બનાવવા માંગતા હતા.

મેં તે નામ જોરથી કહ્યું, એક વાર, બે વાર, અને મહેસૂસ કર્યું કે મારી કરોડરજ્જુ સીધી થઈ ગઈ છે. આ માત્ર એક વ્યવસાય નહોતો. આ મારા પોતાના શ્વાસથી સીવેલું એક વચન હતું.

અમે પોતે ખાવાનું નહોતા બનાવતા, અમારી પાસે એક ટીમ હતી. જૂના શેફ જેમણે ક્યારેક અમારી સાથે કામ કર્યું હતું, કોઈ એડવાન્સ માંગ્યા વિના પાછા આવી ગયા. કેટલાક લોકોએ ત્યાં સુધી પૈસા લેવાથી ના પાડી દીધી જ્યાં સુધી અમે અમારા પગ પર ઊભા ન થઈ ગયા. વફાદારી એક પૂરા ચક્રની જેમ પાછી આવી. અહીં સુધી કે સપ્લાયરોએ પણ અમને ઉધાર આપ્યું. એ મારા પાના સદભાવની તાકાત હતી. તે ઊભા નહોતા થઈ શકતા, પણ તેમના મૂલ્યો સીધા ઊભા હતા.

જ્યારે ચોખાનો પહેલો બોરો ઉધાર પર આવ્યો, તો મેં તેને પ્રસાદની જેમ સ્પર્શ કર્યો. દરેક દાળનો દાણો એવો લાગતું હતો કે કોઈએ પ્રાર્થનાનો જવાબ આપ્યો હોય.

'હિનાલી કેટરર્સ' હેઠળનો પહેલો ઓર્ડર નાનો હતો, ૨૫ લોકો માટે એક જન્મદિવસ. પણ અમારા માટે, તે એક શાહી લગ્નનો કોન્ટ્રાક્ટ સોંપાયો હોય તેવો હતો. મારા પિતા પોતાના પલંગ પર સૂતેલા, નિર્દેશ આપી રહ્યા હતા, મેનૂ નક્કી કરી રહ્યા હતા, ખર્ચ સંતુલિત કરી રહ્યા હતા, સજાવટનું સૂચન આપી રહ્યા હતા. સ્ટાફ તેમની આસપાસ ગોઠવાઈ ગયા જેમ એક ગુરુની સામે વિદ્યાર્થીઓ ઊભા રહે.

તેમણે યાદથી મીઠું બરાબર કર્યું, સ્વાદથી નહીં. તેમણે સહજ જ્ઞાનથી સમય નક્કી કર્યો, ઘડિયાળથી નહીં. તેમણે વાનગીઓના ક્રમને એવી રીતે ગોઠવી જેમ એક કવિ પંક્તિઓને ગોઠવે છે.

અને હું? હું હવે બાળક નહોતી. હું તેમના સપનાનો સામેનો ચહેરો હતી. તેમની ખામોશીનો અવાજ અને બુદ્ધિના હાથ.

જેમ ડૉક્ટરો સ્કેન વાંચે એ રીતે એક ગ્રાહકનો ચહેરો વાંચતા શીખ્યો. ચિંતા, ઉતાવળ, ગર્વ, સંદેહ, અને માત્ર ભોજન નહીં, પણ આશ્વાસન પીરસતાં પણ શીખ્યું.

તે જન્મદિવસનો ઓર્ડર પછી બીજો, ત્રીજો..... જાણે કે એક સૂકી નદી વરસાદથી ભરાઈ જાય છે, આશા પાછી આવી.

આશા ગર્જના કરીને પાછી ન આવી. તે તાજી દાળમાંથી ઊઠતી વરાળની જેમ પહોંચી, ચૂપચાપ, અદ્રશ્ય રૂપે, પરંતુ રૂમને ગરમાહટથી ભરતી ગઈ.

ના, આ સહેલું નહોતું. કેટલાક દિવસો અમને નુકસાન થયું. કેટલાક દિવસો અમે સૂતા નહીં. કેટલાક દિવસો ગ્રાહકોએ અમને ખખડાવ્યા અને તેમ છતાં અમે હસતા રહ્યા. પરંતુ દરેક એક પ્લેટ જે અમે પીરસી, તેનો મતલબ પા માટે થોડુંક વધુ જીવન હતું.

અમે કેટરિંગનો વ્યવસાયની સાથે એક સાહસ પર ચાલી રહ્યા હતા. અમે વિશ્વાસ પર જીવિત હતા.

"જ્યારે તમારી પીઠ દીવાલ સાથે અડેલી હોય, તો તમે ચમત્કારની રાહ નથી જોતા, તમે પોતે એક બની જાઓ છો."

એક પ્રસંગ હજુ મને યાદ છે કે, એક સાંજે આખા વિસ્તારની લાઇટ જતા જ બફારો, અફરા-તફરી હતી. અમારી કેટરિંગ ટીમને તે ગરમીમાં ૧૫૦ લોકો માટે ખાવાનું તૈયાર કરવું હતું. મારો ભાઈ, મુશ્કેલીથી ૧૦ વર્ષનો, બોક્સ ઉપાડવામાં મદદ કરી રહ્યો હતો. મારી બહેન કાગળના નેપકિન વાળી રહી હતી અને બોક્સ

સીલ કરી રહી હતી. અને મારા પિતા સતત અમને ફોન કરી રહ્યા હતા. "કરીમાં મીઠું ચેક કરજો. તે પરિવાર હળવું પસંદ કરે છે."

પક્ષઘાત (પેરાલિસિસ)માં પણ, તેમને ગ્રાહકનો સ્વાદ યાદ હતો. પા દરેક ગ્રાહકની ખૂબ કાળજી લેતા હતા.

જ્યારે જનરેટર આખરે ચાલુ થયું અને પહેલી ટ્રે અમારા દરવાજામાંથી નીકળી, તો મેં મારા અંદર કંઈક પાછું ફરતું મહેસૂસ કર્યું, ભાગ્ય નહીં, પૈસા નહીં, ગૌરવ.

અને તે રાત, જ્યારે મહેમાનોએ ખાવાના વખાણ કર્યા, મારા પિતાની આંખો ભીની થઈ ગઈ. તે હાજર નહોતા, પણ તે દરેક સ્વાદમાં ત્યાં જ હતા.

"તાકાત આ વાતથી નથી માપવામાં આવતી કે તમારું શરીર શું ઉઠાવી શકે છે, પણ એનાથી કે તમારું દિલ શું છોડવાનો ઇનકાર કરી દે છે."

તે વ્યવસાયે અમને ધનવાન ન બનાવ્યા, પણ તેણે અમને અમારું ગૌરવ, અમારી લય અને અમારો વિશ્વાસ પાછો આપી દીધો. તેણે દુનિયાને, અને અમને, યાદ અપાવ્યું કે અમે હાર્યા નથી.

"ક્યારેક-ક્યારેક, ઉપચાર દવાઓથી નથી થતો. તે ગતિ, ઉદ્દેશ્ય, અને પ્રેમથી સીવેલા વિશ્વાસથી આવે છે."

અમે માત્ર એક વ્યવસાય ફરીથી શરૂ ન કર્યો. અમે જિંદગી ફરીથી શરૂ કરી.

અને જ્યારે જિંદગી પાછી આવી, છાયાઓ પણ ક્યારેક-ક્યારેક પાછી આવતી હતી. કેટલીક રાતોમાં, જ્યારે તે જાગી રહ્યા હોય, તો પા ધીમેથી કહેતા હતા કે, તેમને પોતાની પાસે એક હાજરી મહેસૂસ થાય છે, ન ક્રૂર, ન દયાળુ, બસ જોઈ રહી છે. અમે રહસ્યનો પીછો ન કર્યો; અમે માણસની રક્ષા કરી. જો તે છાયાઓની કોઈ વાર્તા છે, તો અમે તેને કોઈ બીજા દિવસે જણાવીશું.

જો આ અધ્યાયે મને એક વસ્તુ શીખવી છે, તો તે આ છે, તમને ઊઠવા માટે યોગ્ય પરિસ્થિતિઓની જરૂર નથી. તમારે બધું પોતાની જગ્યા પર પડવાની જરૂર નથી. તમારે બસ એક કારણ જોઈએ. અને અમારી પાસે એક હતું, અમારા પિતા, અમારો પરિવાર અને અમારું અસ્તિત્વ.

લોકો અવારનવાર તોફાન પસાર થઈ જવાની રાહ જુએ છે. પરંતુ ક્યારેક-ક્યારેક, જિંદગી તમારી પાસે માંગણી કરે છે કે તમે વરસાદમાં નાચવાનું શીખો. કે તમે તમારી તૂટેલી મુઠ્ઠીઓને ખોલો અને તેમ છતાં દુનિયાને કંઈક આપો, ભલે તમને લાગે કે તમારી પાસે કંઈ જ બચ્યું નથી.

અમને વ્યવસાય માટે તાલીમ આપવામાં આવી નહોતી. અમારી પાસે પૂંજી કે સંપર્ક નહોતા. પરંતુ અમારી પાસે કંઈક ખૂબ મોટું હતું, લડવાનું એક કારણ, જાગવાનું એક કારણ, ચાલતા રહેવાનું એક કારણ, અને ક્યારેક-ક્યારેક, બસ એટલું જ કાફી હોય છે.

"સફળતા આરામમાં પેદા નથી થતી. તે સંકટમાં વિકસે છે, સાહસથી સિંચાય છે, અને ઉદ્દેશ્યની આગથી પ્રકાશિત થાય છે."

જ્યારે તમારી જિંદગી તૂટીને વિખેરાઈ જાય છે, તો તમારી પાસે બે વિકલ્પ હોય છે: ટુકડાઓને તમને કાપવા દેવા... અથવા તેમનો ઉપયોગ કરીને કંઈક નવું બનાવવું. અમે બીજો વિકલ્પ પસંદ કર્યો.

આને વાંચી રહેલા કોઈપણ વ્યક્તિ માટે, જે સંઘર્ષ કરી રહ્યો છે, અટકેલો છે, અથવા ચૂપચાપ પીડિત છે, તે જાણી લે:

તમારે બધું જાણવાની જરૂર નથી. તમારે મોટા પગલાં ઉઠાવવાની જરૂર નથી. બસ એક ઈમાનદાર પગલું ઉઠાવો. એક ઈમાનદાર કામ કરો. એક ભોજન બનાવો. એક વ્યક્તિ માટે આવી જાઓ. તમે આ રીતે પુનર્નિર્માણ કરી શકો છો.

"સૌથી નીચલું સ્તર અંત નથી, આ પાયો છે. અને તમે, તૂટેલા હોવા છતાં, ફરીથી બનાવવા માટે પર્યાપ્ત છો."

કારણ કે ક્યારેક-ક્યારેક, સૌથી સફળ યાત્રાઓ આત્મવિશ્વાસથી નહીં... પરંતુ આંસુઓ દ્વારા ધીમેથી કહેવાયેલા સાહસથી શરૂ થાય છે.

અમે વિશ્વાસનું પુનર્નિર્માણ કર્યું. અમે પ્રેમ શું કરી શકે છે તેને ફરીથી લખ્યું. અને સૌથી ઉપર, અમે ઊભા રહ્યા, ત્યારે પણ જ્યારે બધું જ અમને નીચે રાખવાની કોશિશ કરી રહ્યું હતું.

પાની હાલત નાજુક બની રહી, પણ તેમની આંખોમાં ચમક પાછી આવી ગઈ. બસ તે અમને જોઈને હસી શકતા હતા, વાર્તાઓ સંભળાવી શકતા હતા, એ જ જૂના જોક્સ સંભળાવી શકતા હતા. અને જ્યારે તે હસતા, તો એવું લાગતું હતું જેમકે એક બારી ખૂલી અને તાજી હવા અંદર આવી. ઘરને હાસ્ય યાદ આવી ગયું.

અમે હવે ખુશીને રૂપિયાઓમાં ગણતા નહોતા, અમે તેમને સાજા થવામાં, ભોજનમાં, તે હાસ્યમાં ગણતા હતા જે ધીમે-ધીમે લિવિંગ રૂમમાં પાછું આવ્યું હતું. તે ઘર જે ક્યારેક ખામોશીથી ગુંજતું હતું, હવે ફરીથી શાંત આશા સાથે ગણગણી રહ્યું હતું.

ક્યારેક-ક્યારેક મારા પાને મોટા પાને જોતા હું જોતી હતી, શબ્દોથી નહીં, પણ આત્માની બોલીથી આભાર વક્ત કરતાં.

એક રાત, મેં તેમને એકસાથે બેઠેલા જોયા. ટીવી ચાલી રહ્યું હતું, પણ બંનેમાંથી કોઈ જોઈ નહોતું રહ્યું. મારા પાએ કંઈક ધીમેથી કહ્યું, અને મોટા પાએ બસ પોતાનો હાથ તેમના ખભા પર મૂકી દીધો.

કોઈએ "ધન્યવાદ" ન કહ્યું. કોઈને કહેવાની જરૂર નહોતી.

કારણ કે સાચા પ્રેમની ભાષામાં, કેટલીક વાતો ખામોશીમાં સમજી લેવામાં આવે છે.

મારા મોટા પા મહિનાઓ સુધી ઠીકથી ન સૂતા. તેમણે પોતાના માટે નવા કપડાં ખરીદતા ન હતા. જાણે બધી પોતાની સુખ-સુવિધાઓનો ત્યાગ કર્યો હોય. જેથી અમે બાકીના લોકો કંઈક મહેસૂસ કરી શકીએ. તેમણે નવ લોકોને ખવડાવ્યા, નવ દિલોને કપડાં પહેરાવ્યા, અને અમને એકવાર પણ આ મહેસૂસ ન કરાવ્યું કે અમે તેમના દેવાદાર છીએ.

તે બસ કહેતા રહ્યા, "અમે સાથે છીએ, બસ એટલું જ કાફી છે."

અને ખરેખર, એ જ હતું.

જો હું ક્યારેય ભૂલી જાઉં કે અનુગ્રહ કેવો દેખાય છે, તો મને આ વાક્ય યાદ રહેશે. તેણે અમને રોટલી કરતાં વધુ ખવડાવ્યું. તેણે અમને ધાબળા કરતાં વધુ સારું ઓઢાળ્યું.

માત્ર સોળ વર્ષની ઉંમરે, મને મારી ઉંમર કરતાં વધુ પરિપક્વ થવા માટે મજબૂર કરવામાં આવી. જ્યારે મારા મિત્રો ફિલ્મો અને સ્કૂલ ટ્રિપની વાત કરતા હતા, હું દવાઓની કિંમત અને કરિયાણાના બિલોની ગણતરી કરી રહી હતી, રાત્રે મારા પિતાની છાતીને ધીમે-ધીમે ઉઠતા જોઈ રહી હતી જેથી આ સુનિશ્ચિત થઈ શકે કે તે હજી પણ શ્વાસ લઈ રહ્યા છે. મારું બાળપણ ખતમ ન થયું, તે બદલાઈ ગયું. હું હવે માત્ર એક કિશોરી નહોતી. હું એક શાંત યોદ્ધા બની ગઈ, જે અમારું દર્દ થામી રહી હતી.

"કેટલીક દયાળુ પળો પાછી ચૂકવી શકાતી નથી, તેમને યાદ રાખવી પડે છે."

આજે પણ, જ્યારે અમે એક પરિવારના રૂપમાં ભેગા થઈએ છીએ, તો અમે સાથે બેસીને એક જ થાળીમા જમીએ છીએ. નજીક બેસીએ છીએ. હું હજી પણ વહેંચાયેલી પ્લેટોમાંથી ખાઉં છું. હજી પણ એકબીજાનું ધ્યાન રાખીએ છીએ, બરાબર તેમ જ જેમ અમારા માતા-પિતાએ ક્યારેય ખામોશી અને બલિદાનમાં કર્યું હતું.

અમારું બાળપણ બાધિત થયું હતું, હા. પરંતુ તેને સૌથી દુર્લભ પ્રકારના શિક્ષણની ભેટ મળી હતી: કાર્યમાં કરુણા, વિના શરત પ્રેમ, અને વફાદારી જે બદલામાં કંઈ નથી માંગતી.

"ક્યારેક-ક્યારેક, જિંદગી તમને એટલું ઝુકાવી દે છે કે તમને લાગે છે કે તમે તૂટી જશો. પરંતુ તે પળોમાં, તમને ખબર પડે છે કે તમે ખરેખર કઈ વસ્તુથી બનેલા છો, અને તમારી સાથે ખરેખર કોણ ઊભું છે." અમે ડરેલા હતા, પણ ક્યારેય તૂટ્યા નહીં.

અને આ બધાના મૂળમાં પા અને મોટા પા હતા, બે ભાઈ જે માત્ર લોહીથી નહીં, પરંતુ એકબીજાને ક્યારેય ન છોડવાના વચનથી બંધાયેલા હતા, ભલે તેમના રસ્તામાં કંઈ પણ આવે.

તેમણે અમને બતાવ્યું કે પરિવાર વહેંચાયેલા DNA વિશે નથી, આ વહેંચાયેલા આંસુ, વહેંચાયેલો બોજ, વહેંચાયેલી જીત, અને અંધારામાં ધીમેથી કહેવાયેલી શાંત પ્રાર્થનાઓ વિશે છે.

તેમણે દુનિયાને એક સત્ય યાદ અપાવ્યું જેને ઘણા લોકો ભૂલી જાય છે:

"શાહી (શાહી ઘર) થવા માટે તમારે ધનની જરૂર નથી, તમને બસ એક દિલ જોઈએ જે બીજાનો બોજ ઉઠાવવા માટે કાફી મોટું હોય."

જેમ જ હું આ પ્રકરણને પૂરું કરું છું, હું એક વાત નિશ્ચિત રૂપે જાણું છું:

હું મોટા પાએ અમારા માટે જે કર્યું, તેને ક્યારેય ચૂકવી નહીં શકું. પરંતુ હું મારું જીવન એવી રીતે જીવીશ કે એમનું સન્માન જળવાય રહે. અને જ્યારે તે દિવસ આવશે જ્યારે મને પૂછવામાં આવશે, "તમે પરિવારનો મતલબ કેવી રીતે શીખ્યા?" તો હું સ્મિત કરીશ, અને કહીશ:

"મેં બે ભાઈઓને તેમના જીવનના સૌથી ખરાબ તોફાનમાં એકબીજાને પ્રેમ કરતા જોયા. અને તે પ્રેમ અમારું આશ્રય બની ગયું." અને જો તમે મને પૂછો કે ચમત્કાર કેવો દેખાય છે, તો હું આકાશ તરફ ઇશારો નહીં કરું. હું અમારા લિવિંગ રૂમ તરફ ઇશારો કરીશ, એક પલંગ, બે ભાઈ, ત્રણ બાળકો, ચાર હાથ ખાવાનું બનાવતા, અને એક ઘર જેણે ફરીથી શ્વાસ લેવાનું શીખ્યું. ત્યાં જ ભગવાને અમારી સાથે રહેવાનું પસંદ કર્યું.

***

પ્રકરણ ૫. એક વધુ લડાઈ

"કેટલાક તોફાન ખામોશીથી આવે છે, ગર્જના કે વીજળી વિના. તે પડછાયાની જેમ ચૂપચાપ તમારા જીવનમાં ઊતરી આવે છે, અને આ પહેલાં કે તમે કંઈ સમજો, જે હવામાં તમે શ્વાસ લો છો તે ભારે લાગવા લાગે છે, અને તમારા પગ નીચેની જમીન હલવા લાગે છે."

અમને લાગતું હતું કે અમે પૂરતા તોફાન જોઈ લીધા છે. વર્ષ ૨૦૧૪એ અમારી દુનિયાને એક તેજ પૂરની જેમ ચીરી નાખ્યું હતું, પાછળ છોડી ગઈ હતી પાની તૂટેલી કરોડરજ્જુ અને એક જીવનને ટુકડાઓથી પાછું જોડવાનો લાંબો, પીડાદાયક સંઘર્ષ. અમે સાયરનની બહેરા કરી દેનારી દહાડ, ICUની ઉજ્જડ ઠંડક, અને આ દિલ તોડી નાખનારા અહેસાસથી બચી ગયા હતા કે અમારું જાણીતું જીવન, ચાલવાની, ઊભા રહેવાની, આઝાદીથી હાલવા-ચાલવાની ક્ષમતા, હંમેશા માટે જતી રહી હતી.

બે વર્ષો સુધી, અમે રિકવરીના એક ભ્રામક શાંત માહોલમાં રહ્યા. હા અમને ઘાવ હતા, પણ અમે કોઈક રીતે કામ ચલાવી રહ્યા હતા. અમે જોરદાર અશાંતિની જગ્યાએ શાંત સતર્કતાને અપનાવી લીધી હતી. બચેલા લોકોની હઠીલી નિશ્ચિતતા સાથે અમને વિશ્વાસ હતો કે અમે અમારા દુઃખનો કોટા પૂરો કરી લીધો છે. પાના સ્થિર પગ પર ધીમેથી કરેલી દરેક પ્રાર્થના, ડોક્ટરનું દેવું ચૂકવવા માટે કરાયેલું દરેક બલિદાન, ફિઝિયોથેરાપીનો દરેક લાંબો, થકવી દેનારો મહિનો, અમે તેને એક પૂર્ણ ચુકવણીના રૂપમાં જોયું હતું. અમારી પરીક્ષા લેવાઈ ચૂકી હતી, અમે પૂરમાં દોરડાની જેમ આસ્થાને કસીને પકડેલા હતા, અને અમને ખાતરી હતી કે પૂરનું પાણી ઘટી રહ્યું છે.

પરંતુ જેમ કે અમે શીખ્યા, જીવન અવારનવાર એક બીજી, ક્યાંક વધુ ઘાતક પરીક્ષા લે છે, એક એવું તોફાન જે વીજળી કડકવાથી નથી આવતું, પરંતુ

જબરદસ્તી સામાન્યતાનું સ્મિત પહેરીને ચૂપચાપ ઘરમાં ઘૂસી આવે છે. અને આ રીતે, ૨૦૧૬માં, પાને પથારી સુધી સીમિત કરી દેનારા અકસ્માતના બે વર્ષ પછી, અમે ફરીથી ડરથી મળ્યા. આ વખતે, આ કોઈ ધડાકાથી શરૂ ન થયું, પરંતુ ખામોશીથી થયું.

મને શરૂઆતના ક્લિનિકલ નહીં પરંતુ પારિવારિક લક્ષણો સ્પષ્ટ રૂપે યાદ છે. મોટી માની અંદર હતું જે પૂછવા પર ખૂબ તેજીથી સ્મિત કરતી હતી કે શું તે ઠીક છે, જે રીતે તે પોતાના ખભાની માલિશ દર્દથી પરે જઈને કરતી હતી, અથવા કેવી રીતે તે પોતે એક છુપાયેલી, અથાક લડાઈ લડતી હોવા છતાં વિગતવાર ભોજન પકાવતી હતી. રસોઈમાં ધીમા અવાજે વાતો થતી હતી જે બાળકોના રૂમમાં આવતા જ અચાનક બંધ થઈ જતી હતી. અડધા-અધૂરા વાક્યો હવામાં લટકેલા રહેતા હતા, જેનો અર્થ અમને બાળકોને ન સમજતો હતો. અમે તેના છાતી પર ટકેલા હાથને જોયો, બેચેનીનો એક ઈશારો જે જલ્દી જ એક ગભરાહટ ભરેલી આદતમાં બદલાઈ ગયો, અને પછી, ધીમે-ધીમે, એક ગાંઠ જેને કોઈ માનવા નહોતું માંગતું કે તે માત્ર એક સોજો, એક અસ્થાયી પરેશાનીથી વધુ કંઈ હોઈ શકે છે.

જ્યારે જીવન એક એવા પરિવારને તોડવા માંગે છે જેણે પહેલાથી જ ઘણું સહન કરી લીધું હોય, તો જે દર્દ પાછું ફરે છે તે માત્ર શારીરિક નથી હોતું, તે પાછલી લડાઈની યાદની સાથે મળીને વધુ વધારે ભારે થઈ જાય છે. ડર ઊંડો હોય છે કારણ કે સહનશીલતાનો કૂવો પહેલાથી જ અડધો સૂકો હોય છે. અમે હોસ્પિટલની સીડીઓ પર પગ મૂકતા પહેલા જ એન્ટિસેપ્ટિકની ગંધ અને પોકળ ગુંજને ઓળખી લીધી હતી.

મોટી મા (મારી કાકી, પણ સાચું કહું તો અમારી બીજી મા)ની છાતીમાં એક નાની ગાંઠ હતી. શરૂઆતમાં, તેમણે તેને નજરઅંદાજ કરી દીધી, જેવું કે માતાઓ અવારનવાર કરતી હોય છે, એક પતિની જરૂરિયાતો, પોતાની બહેન(મારી મા)ની ચિંતાઓ, અને પોતાના બાળકોના શિક્ષણને પોતાની અંદર પેદા થઈ રહેલી તે વિચિત્ર, બહારની વસ્તુ કરતાં ઉપર રાખતી હતી. તે પોતાની રોજીંદગી જીવનમા ખુશીથી કાર્યરત રહ્યાં. આ રીતે ચાલતી રહી જેમ કંઈ જ

ન બદલાયું હોય. પાની રિકવરીને સંભાળવાના કારણે પહેલાથી જ નાજુક થઈ ચૂકેલા ઘરેલુ કાર્યક્રમ માટે તેમનું બીમાર પડવું સંભવ જ નહોતું.

પરંતુ તેમના શરીરે, જે ખૂબ લાંબા સમય સુધી એક દર્દને છૂપાવી શકતી ન હતી. જ્યારે દર્દ તેમની સહનશક્તિ કરતાં વધુ તેજ થઈ ગયું, તો તે આખરે, અનિચ્છાથી, ડૉક્ટરને બતાવવા માટે તૈયાર થઈ ગઈ. આખરે તે માત્ર એક ગાંઠ નહોતી, તે એક ટ્યુમર હતું.

આ ખબર તે ઘર પર બીજા તોફાનની જેમ આવી જેણે પાછલા તોફાનથી પોતાની છતનું સમારકામ કરવું હજી સુધી પૂરું નહોતું કર્યું.

શરૂઆતી સલાહમાં એક નાની, અનિશ્ચિત આશાની કિરણ હતી: ડૉક્ટરે સૂચવ્યું કે સર્જરી કાફી હોઈ શકે છે. ટ્યુમર હટાવી દો, અને બધું ઠીક થઈ જશે. અમે તે સંભાવનાથી એ રીતે ચોંટી રહ્યા જેમ ડૂબતો માણસ લાકડાના ટુકડાથી ચોંટી રહે છે. અમે તે એક, સંકીર્ણ પ્રક્રિયાથી આગળ ન વિચારવાની કોશિશ કરી, પોતાની બધી ઊર્જા તે દિવસ પર કેન્દ્રિત કરી દીધી જ્યારે તે પાછી ૨BHKમાં ચાલીને આવશે, થોડી થાકેલી, પણ પૂરી.

પરંતુ ઓપરેશનની વચ્ચે, ડૉક્ટરે મોટા પા ને (તે વ્યક્તિ જે પા ના અકસ્માત પછીથી પરિવારની તાકાત બનેલા હતા) હૉલ-વેમાં બોલાવ્યા.

હું ત્યાં નહોતી, પણ તે દ્રશ્ય ફરીથી કહેવાથી અને મારી પોતાની પ્રકાશિત કલ્પના દ્વારા મારી સ્મૃતિ પર છપાયેલું છે. હોસ્પિટલની ચમકતી સફેદ દીવાલો, એન્ટિસેપ્ટિકની ગંધ, ટમટમતી ફ્લોરોસન્ટ લાઇટો જે અણધાર્યા નિર્ણયોના વજન સાથે નાચતા પડછાયાઓ નાખી રહી હતી. મોટા પા, ઓપરેટિંગ થિયેટરના બે દરવાજાઓની બહાર થાકેલા પ્રાર્થના કરતા ઊભા હતા, પણ ખબર માટે પૂરી રીતે તૈયાર નહોતા.

"ટ્યુમર ઘાતક છે," ડૉક્ટરે કહ્યું, તેમનો અવાજ સર્જિકલ રૂમની અંદર દબાયેલા અવાજનો હતો. "આ કેન્સર છે. અમારે પૂરો સ્તન હટાવવો પડશે. ઘાતકતા વ્યાપક છે. અમે રાહ નથી જોઈ શકતા."

મોટા પા થોડીવાર માટે ચૂપ રહ્યા. દુનિયા તે કાગળના એક ટુકડા સુધી સીમિત થઈ ગઈ હશે જેને ડૉક્ટરે આગળ વધાર્યો હતો, એક એવું ફોર્મ જે એક તાત્કાલિક, ફરજીયાત પસંદગીની માંગ કરી રહ્યું હતું. તે ગભરાયા વગર, નાણાંકીય ભાર પર સવાલ ઉઠાવ્યા વગર નિર્ણય લઈ લીધો. તેમણે કાગળને જોયો, એક કાનૂની કાગળ જે એક ઊંડા, પીડાદાયક પળને દર્શાવી રહ્યો હતો, અને પછી તે દરવાજાઓ તરફ જોયું જેની પાછળ તેમની પત્ની બેહોશ હાલતમાં હતી. અને પછી, કોઈ પણ વિલંબ વિના, તેમણે બસ કાગળો પર સહી કરી દીધી.

આ એક એવી સહી હતી જેણે માત્ર સર્જરીને અધિકૃત ન કરી; તેણે સામૂહિક દુઃખ, ડર, સુરક્ષા, અને તે પ્રેમનું વજન ઉઠાવ્યું જે ભાવનાથી ઉપર જરૂરિયાતને સમજે છે. આ ક્રૂર, તાત્કાલિક સુરક્ષાનું કાર્ય હતું. તે દિવસે, મોટા પાએ માત્ર પ્રક્રિયામાં તેજી લાવીને એક જીવ ન બચાવ્યો. તેમણે એકવાર ફરી સાબિત કરી દીધું કે બોજ ઉઠાવવાનો શું મતલબ હોય છે, તે જે પોતાના ખભા પર એક પરિવારનો બોજો ઉઠાવે છે, ભલે તે ખભા દાયકાઓથી આરામ વિના તે અથાક વજનને વહન કરી રહ્યા હોય.

મોટી મા સર્જરી પછી ઘરે નાજુક ટાંકા અને પટ્ટીઓમાં લપટાયેલી આવી. અને ત્યારે જ નવી, ભયાનક વાસ્તવિકતા ખરેખર મહેસૂસ થવાની શરૂ થઈ.

હવે અમારી પાસે બે દર્દી હતા. મારા પિતા, કમરથી નીચે હજી પણ લકવાગ્રસ્ત, હજી પણ કરોડરજ્જુમાંથી સારી થઈ ન હતી, હજી પણ અમારા ઘરના કેન્દ્ર, લિવિંગ રૂમમાં પોતાના પલંગ સુધી સીમિત હતા. અને હવે મોટી મા, પોસ્ટઓપરેટિવ નબળાઈ, સીમિત ગતિ, અને એક શરીર સાથે જે પોતાના નવા રૂપ, પોતાના કાયમી પરિવર્તનને સ્વીકાર કરવાનું શીખી રહ્યું હતું.

અમારું ઘર હંમેશાથી નાનું હતું, એક મામૂલી ૨BHK એપાર્ટમેન્ટ, પણ હવે તે વધુ નાનું મહેસૂસ થઈ રહ્યું હતું. જગ્યાની કમીના કારણે નહીં, પરંતુ એટલા માટે કે દરેક ખૂણામાં દુઃખ અને સતર્કતાનું કેન્દ્રિત વજન હતું. હવા ગાઢ હતી, હવે ફક્ત રસોઈમાંથી હળદર અને જીરાની સુગંધથી નહીં, પરંતુ ડેટોલ, એન્ટિસેપ્ટિક ક્રીમોની તેજ, ઔષધીય ગંધ, અને તાજી પટ્ટીઓની ધાતુ જેવી

મહેકથી. ગોળીઓના પેકેટ ડાઇનિંગ ટેબલ પર વેરવિખેર પડ્યા હતા, એક ઢગલો પા માટે, એક મોટી મા માટે, લડાઈ રહી બેવડી લડાઈઓનો પુરાવો. ચાદરો સતત વાળવામાં અને ખોલવામાં આવતી હતી. અમારું એપાર્ટમેન્ટ હવે ઘર નહોતું; તે એક બે-તરફી યુદ્ધનું મેદાન હતું, અને અમારામાંથી દરેકને પોતાની ચોકીની રખવાળી કરવાની હતી, એક વિશિષ્ટ કર્તવ્ય નિભાવવાનું હતું.

કોઈ નર્સ નહોતી, કોઈ પૂર્ણકાલિક સહાયક નહોતો. ત્યાં ફક્ત પરિવાર હતો.

મારી મા, મોટી માની બહેન અને પાની પત્ની, એકવાર ફરી શાંત યોદ્ધા બની ગઈ. તેમની દિનચર્યા અથાક હતી. દરરોજ સવારે, તે પહેલાં પલંગ પર પાને નવડાવતી હતી, તેમના ભારે, અસહયોગી શરીરને ઉઠાવવાની અને સ્પંજ કરતી. પછી, તે મોટી માના પલંગ પાસે જતી હતી, તાજા, પીડાદાયક સર્જિકલ ઘાવની દેખભાળ કરતી હતી, કોમળતા અને સીમિત ગતિશીલતાનું ધ્યાન રાખતી હતી.

તેમણે ક્યારેય થાક ન દેખાડ્યો, ખુલ્લી રીતે નહીં, આ રીતે નહીં કે ધ્યાન આકર્ષિત થાય, પણ મેં તેને તેમની આંખોની નીચે ઊંડા થતા કુંડાળામાં, એક લાંબા દિવસના અંતે તેમના હાથોમાં હળવી ધ્રુજારીમાં જોયો. આ તે પ્રકારનો થાક હતો જે ઊંઘની સામે હાર નથી માનતો, પરંતુ આગલી સવાર સુધી બસ જીવિત રહે છે.

તેના હાથ, જે ક્યારેક નાજુક હતા, પેન પકડીને આસપાસના બાળકોને અક્ષર શીખવવામાં કુશળ હતા, હવે તે હાથ હતા જે ભારે પુખ્ત શરીર ઉઠાવતા, ઘાવોને સ્પંજ કરતા, IV ટ્યુબોને સમાયોજિત કરતા અને ભોજનને સાવધાનીથી બનાવતા હતા. તેમનો ખોળો હવે તે જગ્યા નહોતી જ્યાં અમે સહારો મેળવતા હતા; તે તે જગ્યા હતી જ્યાં તે ચૂપચાપ રડવા માટે ખર્ચ થયેલી તાકાત ભેગી કરતી હતી.

અમે, ત્રણેય બાળકો, ઉંમરમાં વધી રહ્યા હતા, પણ જીવનએ અમને અમારી ઉંમરથી ખૂબ આગળ ધકેલી દીધા હતા. હું ત્યારે સોળ વર્ષની હતી, એક એવો સમય જ્યારે હું મારી નાની ઉમરમાં સંઘર્ષ અને સતત ઘરનાં કાર્યોથી જજુમી

રહી હતી. હું પોતાને ત્રીસ વર્ષની મહેસૂસ કરતી હતી. મારા ભાઈ અને બહેન મુશ્કેલીથી બાર વર્ષના હતા, જેમનું કામ પતંગોનો પીછો કરવો અને માત્ર ભણવા પર ધ્યાન કેન્દ્રિત કરવાનું હતું, તેમ છતાં મેં તેમને પાણીની ભારે ડોલ ઉઠાવતા, ઓશિકા લગાવતા, અને ચમચીથી ભોજન પાને જમાડતા જોયા છે.

એક સવારે, મારા બાર વર્ષના ભાઈનું દૃશ્ય મારા સાથે ઊંડે સુધી ગુંજી ઊઠ્યું. તે પાના માથાને ધીમેથી ઉઠાવી રહ્યો હતો, પોતાના નાના હાથોથી પાની દાઢીને થામી રહ્યો હતો, અને પાણી પીધા પછી તેમના મોંને રૂમાલથી લૂછી રહ્યો હતો. તે કામથી કોઈ ફરિયાદ કર્યા વિના અને પ્રશંસાના બે શબ્દની આશા વગર દિલથી પાની મદદ કરતો હતો. કારણ કે અમારા ઘરમાં, દયાળુતા શીખવવામાં નહોતી આવતી; તે ઝીલવામાં આવતી હતી, જેમ સૂરજની રોશની એક બારીમાંથી અંદર આવે છે જેના વિશે તમને ખબર પણ નહોતી કે તે ખુલ્લી છે. જવાબદારી તે હવા હતી જેમાં અમે શ્વાસ લેતા હતા.

મારી બહેન પણ ચૂપચાપ પોતાના સાહસમાં મોટી થઈ, શરીરને નહીં, પણ આત્માને ઠીક કરવાની રીતો શોધતી રહી. તે મોટી માની પાસે બેસતી હતી, અને તેમના વાળને સાવધાનીથી કાંસકો કરતી હતી, જેથી તેમને પોતાના શારીરિક બદલાવનું પૂરું વજન એકલા મહેસૂસ ન થાય. એક દિવસ, તેમણે તો તેમના વાળની ચોટીમાં ફૂલ પણ લગાવી દીધા, મોટી માના પીળા ચહેરાની સામે નાના, જીવંત રંગ, અને ધીમેથી કહ્યું, "તમે હજી પણ સુંદર છો." એક બાળક દ્વારા કહેવાયેલા તે શબ્દોમાં કોઈ પણ ડૉક્ટર દ્વારા અપાયેલી દવા કરતાં વધુ ઊંડી, મૌલિક ઉપચાર શક્તિ હતી. તે શુદ્ધ, અનફિલ્ટર્ડ પ્રેમનું અનિયંત્રિત સત્ય હતું. અને મોટા પા? તે ગુરુત્વાકર્ષણ હતા જેણે અમને પોતાની જગ્યા પર થામી રાખ્યા.

ઘરમા જ્યારે મહિલાઓએ તાત્કાલિક આવેલી મુશીબતનો સામનો કર્યો ત્યારે મોટા પાએ બહારની દુનિયામાં સંઘર્ષ કર્યો. તેને અમારા મનના નાજુક પરપોટાને કદી તૂટવા ન દીધો. તેમણે દવાઓની જટિલ સૂચિની વ્યવસ્થા કરી જેવીકે કેન્સરની દવાઓ, પોસ્ટ-ઓપરેશનની એન્ટિબાયોટિક્સ અને દર્દ નિવારક. તેમણે મેડિકલ એપોઇન્ટમેન્ટ અને ફોલો-અપ સ્કેન સત્રોનું માટેનું નાણાંકીય આયોજન કર્યું જે આગળ આવવાના હતા. તેમણે ત્યારે સાંભળ્યું જ્યારે અમે

બોલવા માટે ખૂબ તૂટેલા હતા, અમારા મૂક ડરને આત્મસાત કર્યો અને તેમને કાર્યમાં બદલી દીધા. દરરોજ રાત્રે, ચૂક્યા વિના, તે પાના પલંગ પાસે હાથ જોડીને ઊભા થતા હતા અને લાંબી, સ્થિર પ્રાર્થનાઓ ગણગણતા હતા, ફક્ત ઉપચાર માટે નહીં, પરંતુ આગલા દિવસનો સામનો કરવાની તાકાત માટે.

તેમણે પોતાને ક્યારેય પણ સામાન્ય, વિનાશકારી પ્રશ્ન પૂછવાની વિલાસિતા ન આપી: "અમે જ કેમ?"

તેમણે બસ અરાજકતાને જોઈ અને એક અતૂટ વાયદાની તાકાત સાથે કહ્યું: "અમે સંભાળી લઈશું."

અને અમે સંભાળ્યું પણ. ઊંઘ ઉડાડનારી રાતોની વચ્ચે, જીર્ણ-શીર્ણ રસોઈના કાઉન્ટર પર જમા થનારા અનંત બિલોની વચ્ચે, છતમાં તિરાડોની વચ્ચે જે અમારા ઘટતા બેંક ખાતાઓ સાથે પહોળી થતી જઈ રહી હતી, અને તે થાકની વચ્ચે જે ધૂળની જેમ અમારી ત્વચાથી ચોંટેલો રહેતો હતો.

ક્યારેક-ક્યારેક, રાતો સૌથી મુશ્કેલ થઈ જતી હતી. છતનો પંખો ઉપર નીરસ રીતે ફરતો હતો, બહાર ગલીના કૂતરા પોતાના ડરાવના અવાજ કાઢતા હતા, પણ અંદર, ભારે ખામોશી અનકહ્યા ડરથી ભરેલી હતી. અમે બાળકો સૂવાનો નાટક કરતા હતા, અમારા શરીર શાંત હતા, પણ અમારા કાન તણાવગ્રસ્ત હતા, પગલાંની ધીમી આહટ, પટ્ટીનો અવાજ, એક પલંગથી બીજા પલંગ પર જતી અમારી માતાઓની ધીમી, સ્થિર ફુસફુસાહટ સાંભળતા હતા, જે એક બીજાને સાંત્વના આપતી હતી, પોતાના હોઠો નીચે પ્રાર્થનાઓ ગણગણતી હતી, એક શાંત, પવિત્ર પહેરો. તે રાતોએ અમને શીખવ્યું કે સાચું સાહસ જોરદાર અવાજો કે ભવ્ય ઇશારાઓ સાથે નથી આવતું; તે શાંત, અનદેખા ધૈર્ય સાથે આવે છે.

મોટી માએ, પોતાના તીવ્ર પોસ્ટ-ઓપરેટિવ દર્દમાં પણ, સતત હસમુખ રહેવાની કોશિશ કરી. "ઓછામાં ઓછું," તેમણે એકવાર મજાકમાં કહ્યું, તેમનો અવાજ કમજોર હતો પણ તેમની જૂની ભાવનાની એક ઝલક હતી, "મારી પાસે હજી પણ એક સારો હાથ છે જેનાથી હું હળવું રાતનું ખાવાનું બનાવી શકું છું."

તેમનો ચહેરો પીળો હતો, તેમની આંખો થાકેલી હતી, તેમના શરીર પર ઓપરેશના નિશાન હતા, પણ તેમની આત્મા એકબંધ હતી.

ક્યારેક-ક્યારેક, તે પાના પલંગની બાજુમાં બેસી જતી હતી, તેમની પોતાની પટ્ટી લાગેલી છાતી દર્દ કરી રહી હોત, અને પાની બાહુ પર સાવધાનીથી હાથ રાખતી હતી. "જો આપણે અહીં સુધી આવી ગયા છીએ," તે કહેતી હતી, તેમનો અવાજ ધીમો અને સ્થિર હતો, "તો આપણે વધુ આગળ જઈશું." અને તે માથું હલાવતા હતા, તેમની આંખો તેમના પર ટકેલી રહેતી હતી, કારણ કે તેઓ ફક્ત દિયર-ભાભી નહોતા. તેઓ દુઃખમાં ભાઈ-બહેન હતા, વર્ષોના વહેંચાયેલા સાહસ, બલિદાન, અને પરિવારને એકજૂટ રાખવાના એક અનકહ્યા સમજૂતીથી બંધાયેલી બે આત્માઓ હતી.

તેઓ આ વાતનો જીવંત પુરાવો હતા કે "સાચું સાહસ ત્યારે હોય છે જ્યારે તૂટેલા લોકો પણ બીજાને ઊઠવામાં મદદ કરવા માટે હાથ આગળ વધારે છે."

ઘરમાં હવે ક્યારેય પૂરી રીતે ખામોશી નહોતી રહેતી, એટલે નહીં કે જોરદાર અવાજ હતો, પરંતુ એટલા માટે કે આશા પાછી આવી ગઈ હતી અને તે ઘરના દરેક ખૂણામાં વ્યાપી ગઈ હતી: ધીમી ગતિથી રંધાયેલા ભોજનની સુગંધમાં જે મોટી મા ખૂબ મહેનતથી બનાવતી હતી, મેડિકલ ચાર્ટો પર મોડે સુધી ચાલુ રહેતી મંદ રોશનીમાં, અને સૌથી શક્તિશાળી રૂપમાં, જે રીતે અમે એકબીજાને જોતા હતા, એક છત નીચે અલગ-અલગ પરિવારોના રૂપમાં નહીં, પરંતુ સંકટથી તાલમેલ બેસાડેલા એક જ, ધબકતા દિલના રૂપમાં. તે ઘરમાં સ્વાર્થ માટે કોઈ જગ્યા નહોતી. ત્યાં ફક્ત અનુગ્રહ માટે જગ્યા હતી.

સગાં-સંબંધીઓ એક પછી એક આવ્યા, માસી, પિતરાઈ ભાઈ-બહેન, દૂરના સંબંધીઓ જેમની સાથે અમે વર્ષોથી વાત નહોતી કરી. તે માત્ર મળવા નહોતા આવ્યા; તેઓઓ પણ અમારા સાહસમાં ભળી ગયા. કોઈ ખાલી હાથે ન આવ્યું. કોઈ તાજા ફળ, તો કોઈ નાસ્તા લાવતું હતું. આવી ક્ષણોમાં, તમે શીખો છો કે "પરિવાર" નો ખરેખર શું મતલબ છે, એ તે નથી જે તહેવારોના દરમિયાન આવે છે જ્યારે ઘર રોશન હોય છે. એ તે છે જે ત્યારે દેખાય છે જ્યારે બધી લાઈટો બુઝાઈ ચૂકી હોય છે.

કેટલીક રાતો, અમારું લિવિંગ રૂમ ઘર કરતાં વધુ એક વેઇટિંગ રૂમ જેવું લાગતું હતું, પ્લાસ્ટિકની ખુરશીઓ દીવાલ સાથે લાઈનમાં લાગેલી હતી, ચાના થર્મસ ચૂપચાપ પસાર કરવામાં આવી રહ્યા હતા, અને પ્રાર્થનાઓની ધીમી ગણગણાહટ જે ક્યારેય નહોતી અટકી. જ્યારે લોકો પૈસા આપી શકતા નહોતા, તો તેમણે પોતાનો સમય આપ્યો, પોતાની હાજરી આપી, પોતે ધૈર્યપૂર્વક અમારી વાતો સાંભળી અને ક્યારેક-ક્યારેક, તે સોના કરતાં વધુ મૂલ્યવાન બનતું હતું. મારા એક સંબંધીએ પા માટે સબસિડીવાળા ફિઝિયોથેરાપી સત્રોની વ્યવસ્થા કરી. મારી માસી મોટી માની પાસે બેઠી, તેમના વાળ કાંસકો કરતી હતી અને તેમનો સાથ આપતી હતી, જ્યારે તે સાજા થવાના દર્દ અને ભવિષ્યની ભયાવહ અનિશ્ચિતતાથી લડી રહી હતી. આ માત્ર મુલાકાતો નહોતી, આ જીવન રેખાઓ હતી, જે વહેંચાયેલી સ્મૃતિ અને ઇતિહાસના એક નેટવર્ક દ્વારા એકસાથે વણાયેલી હતી.

તેમણે મને એક સચ્ચાઈ યાદ અપાવી જેને હું ક્યારેય નહીં ભૂલીશ: "જન્મથી તમને લોહી જોડી શકે છે. પણ પ્રેમ તમને પસંદગીથી જોડે છે. અને તે પ્રકારનું બંધન અતૂટ હોય છે."

આ તોફાનમાં પણ, જીવનની અનિવાર્ય લય ચાલુ રહેવાની હતી. અમારી સ્કૂલ ક્યારેય છૂટી નહી. હોમવર્ક હજી પણ કરવામાં આવતું હતું, અવારનવાર એક ઘૂંટણ પર સંતુલિત કરીને જ્યારે એક હાથમાં મેડિકલ ચાર્ટ હોય. ભોજન હજી પણ બનાવવામાં આવતું હતું. કપડાં હજી પણ વાળવામાં આવતા હતા. કદાચ પૂરી રીતે નહીં, પણ પ્રેમથી. અમે જીવવાનું બંધ નહોતું કરી શકતા. મારી નાની બહેને, ઊંડી, કોમળ સહાનુભૂતિના એક કાર્યમાં, એકવાર બંને દર્દીઓ માટે આખી રાત જાગીને હાથથી કાર્ડ્સ બનાવ્યાં. આ સમજાવતા, "તેમને જોવા માટે કંઈક ખુશી હોવી જોઈએ."

તે સવારે, જ્યારે પા ઉઠ્યા, તો તેમણે પોતાની ઉપર દીવાલ પર એક કાગળનો સિતારો ચોંટાડેલો જોયો જેના પર લખ્યું હતું: "તમે મારા હીરો છો." તેમના બાજુમાં, મોટી માની બેડસાઇડ ટેબલ પર એક કાર્ડ હતું જેના પર ધ્રૂજતા ગ્લિટરથી લખ્યું હતું: "મમ્મી, તમે દર્દ કરતાં વધુ મજબૂત છો." કાગળના તે

નાજુક ટુકડાઓમાં એક એવી તાકાત હતી જે કિમોથેરાપી અને દવાઓ પણ પ્રદાન નહોતી કરી શકતી, ઊંડાણથી, નિઃસંદેહ પ્રેમ કરાવાની તાકાત.

પછી તે રાત, અમે એક નાનો, અનિયોજિત ઉત્સવ મનાવ્યો. અમારું લિવિંગ રૂમ મારી બહેન દ્વારા બનાવેલા કાગળના સિતારાઓથી સજાવાયું હતું. ત્યાં લોટ અને ખાંડથી નહીં, પણ ક્રીમ સાથે બિસ્કિટના પડવાળો એક કેક હતો, અને ચોખાના એક નાના વાટકામાં મીણબત્તીઓ ખોસવામાં આવી હતી. કોઈ મહેમાન નહોતું, કોઈ સંગીત નહોતું, કોઈ ધૂમધામ નહોતી. બસ તાળીઓ, રાહતથી ભરેલું શાંત હાસ્ય, અને આંખો જે ત્યારે ચૂપચાપ ભરાઈ ગઈ જ્યારે કોઈ નહોતું જોઈ રહ્યું.

અમને પાર્ટીની જરૂર નહોતી. અમારી પાસે પોતાના હતા.

મને તે રાત દરવાજા પર ઊભા રહીને, થોડી દૂરથી જોતા યાદ છે. મહિનાઓમાં પહેલીવાર, મેં એવું હાસ્ય સાંભળ્યું જે જબરજસ્તીનું નહોતું, એવું હાસ્ય જે કુદરતી મેળવેલું મહેસૂસ થયું. પા હળવાશથી હસ્યા, તેમનો ચહેરો નાના પ્રયાસથી ઉપર ઉઠ્યો. મોટી માએ પોતાના એક મજબૂત હાથથી તાળી પાડવાની કોશિશ કરી, અને મારા દાદા-દાદીના ચહેરા મીણબત્તીની નરમ રોશનીમાં ચમકી ઉઠ્યા. આ કોઈ ભવ્ય ઉત્સવ નહોતો, આ એક સુંદર, નાની જીત હતી, આ વાતનો પુરાવો કે તૂટવામાં પણ, ખુશી અંદર ઘૂસીને અને આગળનો રસ્તો રોશન કરવાનો રસ્તો શોધી લે છે.

ક્યારેક-ક્યારેક, હું રાત્રે બાથરૂમની બારી પર ઉભી રહતી હતી, વિશાળ, ઉદાસીન શહેરને જોતી હતી અને સિતારાઓ સાથે ધીમેથી કહેતી હતી, "કૃપા કરીને બધું સારું કરી દો." એટલે નહીં કે મને ડૉક્ટરો પર વિશ્વાસ નહોતો, પરંતુ એટલા માટે કે જ્યારે દરેક ભૌતિક વસ્તુ તૂટી ગયેલી હોય, જ્યારે બિલ ચૂકવવા યોગ્ય ન હોય અને રોગનું નિદાન અનિશ્ચિત હોય, તો આસ્થા જ તે ગુંદર છે જેને તમારે કસીને પકડવાનો હોય છે.

"જ્યારે દુનિયા તમને કંઈ નથી આપતી, તો એકબીજાને બધું આપી દો."

એક દિવસ, મેં પાને હસતા પકડ્યા, તેમની નજર મોટા પા પર ટકેલી હતી, જે ચૂપચાપ અને વ્યવસ્થિત રીતે રૂમના ખૂણામાં તૂટેલી ખુરશીને ઠીક કરી રહ્યા હતા. પાનું શરીર હજી પણ કમજોર હતું, તેમનું જીવન સીમિત હતું, પરંતુ તેમની આત્મા ભરેલી હતી, પોતાના ભાઈને ઘરેલુ જાળવણીનું એક સરળ, સ્થિર કાર્ય કરતા તેઓ જોઈ રહ્યા હતા. તેમણે મુશ્કેલીથી સાંભળી શકાય તેવા અવાજમાં વાત કરી, શબ્દો તેમના ગળામાં કસાયેલા હતા: "હવે તે મારા પગ છે." અને તે હતા પણ.

તે એક વાક્ય હું ક્યારેય નથી ભૂલી. આ માત્ર એક લાઇન નહોતી; આ એક માન્યતા હતી, ઊંડી પારસ્પરિક નિર્ભરતાનું એક નિવેદન. પા ઊભા થઈ શકતા નહતા, પણ તેમની પાસે કોઈક હતું જે તેમના માટે ઊભું હતું, જે તેમના માટે ચાલતું હતું, જેણે તેમની ગતિશીલતા અને પરિવારની સ્થિરતાનો બોજ ઉઠાવ્યો. તેણે મને શીખવ્યું કે ક્યારેક-ક્યારેક જીવન ક્ષમતાઓ છીનવી લે છે, પણ તે ક્યારેય પ્રેમ નથી છીનવતો, જ્યાં સુધી તમે તેને જવા ન દો.

જ્યારે કોઈ પરિવાર તણાવમાં તૂટી જાય છે, તો લોકો અવારનવાર અલગ થઈ જાય છે, વ્યક્તિગત ભાગી જવાની કોશિષ કરે છે. પણ અમે નહીં. અમે વધુ કસીને ખેંચાઈ ગયા. અમે એકબીજા સાથે જોડાયેલી બાહુઓ અને જવાબદારીઓની એક ગાંઠ બની ગયા, જેને ખોલવી કે કાપવી અસંભવ હતી.

જ્યારે લોકો આજે મને પૂછે છે કે તાકાત કેવી દેખાય છે, તો હું તે ઘર તરફ ઈશારો કરું છું, જ્યાં બે દર્દી ધીમે-ધીમે ઠીક થઈ રહ્યા હતા, ત્રણ બાળકો ઝડપથી મોટા થઈ રહ્યા હતા, અને એક પરિવાર ચૂપચાપ તે સૌથી શક્તિશાળી વાર્તા લખી રહ્યો હતો જેને મેં ક્યારેય જાણી છે. આ જીવિત રહેવાની એક વાર્તા હતી, જે કાગળ પર નહીં, પરંતુ રોજિંદા જીવનના પન્ના પર લખાઈ હતી.

"જીવનની સૌથી ઊંડી ખીણોમાં, તમે તમારી આત્માની અંદર રહેલા સૌથી ઊંચા પહાડની શોધ કરો છો."

એક કિશોરના રૂપમાં પણ, મેં તે વસ્તુઓની માંગણી કરવાનું બંધ કરી દીધું જેના પર મોટાભાગના બાળકો ધ્યાન કેન્દ્રિત કરતા હતા, નવા કપડાં, મોટી

જન્મદિવસની પાર્ટીઓ, શનિ-રવિવારની સફર. મારી ઈચ્છાઓ આવશ્યક વસ્તુઓ સુધી સીમિત થઈ ગઈ: સ્થિરતા, સુરક્ષા, સ્વાસ્થ્ય. હું એક મૂક નિરીક્ષક બની ગઈ હતી, જીવનના સૌથી કઠિન પાઠ પાઠ્યપુસ્તકોમાંથી નહીં, પરંતુ થાકેલા હાથો, ધીમેથી કહેવાયેલી પ્રાર્થનાઓ, અને દીવાઓથી વધુ આશાથી ભરેલી રાતોમાંથી શીખી રહી હતી.

"આપણામાંથી કેટલાક ત્યારે મોટા થાય છે જ્યારે જીવન આપણને કોઈ વિકલ્પ નથી આપતું. પરંતુ આનો મતલબ એ નથી કે આપણે ખાલી મોટા થયા, આનો મતલબ છે કે આપણે કૃપા સાથે મોટા થયા."

મેં જીવનને વર્ષોમાં નહીં, પરંતુ ઉઠાવેલી જવાબદારીઓમાં માપવાનું શીખ્યું. સોળ વર્ષની ઉંમરે, જ્યારે બીજા કરિયરના સપનાની વાત કરતા હતા, તો હું મેડિકલ બિલોની વાત કરતી હતી, મારા માથામાં ચૂકવણીના દરોની ગણતરી કરતી હતી. જ્યારે મારા મિત્રો તેમની અંતિમ પરીક્ષાની ચિંતા કરતા હતા, તો હું આ વાતની ચિંતા કરતી હતી કે પાની મહત્વપૂર્ણ બ્લડ પ્રેશરની દવા સમયસર પહોંચશે કે નહીં. તે બાળપણ, બેદરકાર બાળપણ, ચોરાઈ ગયું હતું, પણ બદલામાં, જીવનએ મને લચીલાપણું, સહાનુભૂતિ, અને વ્યવહારિક મુશીબતનો સામનો કરવાની એક એવી શિક્ષા આપી જે કોઈ યુનિવર્સિટી ક્યારેય નહોતી આપી શકતી.

હવે પાછળ વળીને જોઉં છું, તો મને અહેસાસ થાય છે કે મારા મોટા પાએ માત્ર ઘરને આર્થિક રૂપથી નહોતું ઢોળ્યું; તેમણે ઘરની આત્માને ઢોળી. તે એ જ હતા, જે બેંક લોન અને ડૉક્ટરના ફોન કોલથી લડતા હોવા છતાં, ગેસ બંધ કરવાનું યાદ રાખતા હતા, જે શેલ્ફ પરથી પડેલી દવાઓ સાફ કરતા હતા, જે હજી પણ વિશેષ અવસરો પર ઘરે મીઠાઈ લાવવાનું યાદ રાખતા હતા, તે નાના ઈશારાઓ જે સહજતાથી સમજી જતા હતા.

ત્યારે પણ જ્યારે તે શારીરિક અને આધ્યાત્મિક રૂપથી થાકેલા હતા. ત્યારે પણ જ્યારે તે ડરેલા હતા, એક ડર જેને તેમણે ક્યારેય જાહેર ન કર્યો. ત્યારે પણ જ્યારે આપવા માટે કંઈ નહોતું બચ્યું, તેમણે વધુ આપ્યું.

ક્યારેક-ક્યારેક હું તેમને અમારા જીવિત રહેવાના અનદેખા લેખિકાના રૂપમાં વિચારું છું, પેન પકડ્યા વિના બલિદાન પછી એક પ્રકરણ લખતા. તેમની લખાવટ દરેક ચૂકવાયેલા બિલ, પીરસાયેલા દરેક ભોજન, દરેક શાંત ક્ષણમાં હતી જ્યારે તે મજબૂત ઊભા હતા ત્યારે અમે બાકીના લોકો પોતપોતાના દુઃખોમાં તૂટી રહ્યા હતા.

અમે તેમના માટે ઋણી છીએ. અને ના, હું તેમને ક્યારેય પાછું ચૂકવી નહીં શકું, પણ હું તેમના મૂલ્યોને આગળ વધારી શકું છું. હું તેમની શાંત સહનશક્તિ માટે પ્રયાસ કરી શકું છું.

દરેક સંબંધીનો જે અમારા સાથે ઊભા રહ્યા, દરેક પિતરાઈ ભાઈ-બહેનનો જેણે હાથ પકડ્યો, દરેક બહેનનો જેણે પૂછ્યા વિના આંસુ લૂછ્યા, આભાર. તમે અમને ફક્ત જીવિત રહેવામાં મદદ ન કરી; તમે અમને યાદ અપાવ્યું કે સાચો, બલિદાની પ્રેમ શેનાથી બનેલો હોય છે. અને દુનિયાને, હું આ કહું છું:

તમારે શાહી જીવન જીવવા માટે મહેલોની જરૂર નથી. તમારે શક્તિશાળી થવા માટે પૂર્ણતાની જરૂર નથી. તમારે બસ પ્રેમ જોઈએ, પોતાના સૌથી કુદરતી, સૌથી શુદ્ધ સ્વરૂપમાં.

કારણ કે પ્રેમ, જ્યારે આપત્તિની વચ્ચે ઊભો હોય છે, તો તે એક ચમત્કાર બની જાય છે જેને કોઈએ આવતા જોયો ન હોય. તે એવો પાયો બની જાય છે જે ત્યારે થામી રાખે છે જ્યારે બાકી બધું તૂટી જાય છે.

"મહાનતા આ વિશે નથી કે તમે શું બનાવો છો, આ એ વિશે છે કે બધું પડી ગયા પછી પણ તમે કોને ઊભા રાખો છો."

અને તેમ છતાં, કંઈક બીજું હતું, કંઈક જેના વિશે અમે ભાગ્યે જ ક્યારેય વાત કરી હોય, કંઈક જે ફક્ત રાતના સૌથી ઊંડા, સૌથી શાંત ભાગોમાં દેખાતું હતું. રાતો જ્યારે ખામોશી ખૂબ ભારે લાગતી હતી, પરંતુ એ પૂર્ણ પણ લગતી હતી. રાત્રે જ્યારે પા, જે સામાન્ય રૂપથી સ્પષ્ટ અને વ્યવહારિક હતા, ધીમેથી કહેતા હતા કે તેમને પોતાના પલંગની પાસે પડછાયાઓ મહેસૂસ થાય છે, જેમ કે ન દેખાતા હાથ તેમને ખેંચી રહ્યા હોય, તેમને દૂર લઈ જવાની કોશિશ કરી રહ્યા

હોય. એક ઠંડક નાના રૂમમાં છવાઈ જતી હતી, એક અહેસાસ કે કંઈક વિશાળ અને આધ્યાત્મિક તેમની આત્મા માટે સ્પર્ધા કરી રહ્યું હતું. અમે તેને પૂરી રીતે દુનિયા સાથે ક્યારેય શેર ન કર્યું. અમે તેને પ્રાર્થનાઓમાં, પલંગની ફ્રેમથી બંધાયેલા સુરક્ષાના દોરાઓમાં, અને એક દીવાની નરમ, અતૂટ ચમકમાં લપેટી દીધું જે આખી રાત સળગતો રહેતો હતો. કેટલાક લોકો માટે, આ વસ્તુઓ અંધશ્રદ્ધા કે ડર લાગી શકે છે. અમારા માટે, તે એક શક્તિશાળી યાદ અપાવનારું હતું: જ્યારે જીવન મૃત્યુની આટલું નજીક ચાલે છે, તો બંનેની વચ્ચેની રેખા ખૂબ પાતળી થઈ જાય છે. હોઈ શકે છે, એક દિવસ, આ વાર્તા, આ અર્ધ-રહસ્ય, અર્ધ-સત્ય, પોતાની ખુદની પુસ્તકની માંગ કરે. અત્યાર માટે, તે અમારી સામૂહિક સ્મૃતિના અનકહ્યા, પવિત્ર ખૂણાઓમાં ટકેલી છે. અને આ બધા હોવા છતાં, મેં બે ભાઈઓ, પા અને મોટા પા,ને પોતાના પરિવારને શાંત, વફાદાર, અજેય યોદ્ધાઓની જેમ પરિસ્થિતિ સામે લડતા જોયા.

તેમણે અમને શીખવ્યું કે દર્દ તમને ઝુકાવી શકે છે, પરંતુ તે તમને તોડી નથી શકતું, જ્યારે તમે એકબીજાનો હાથ થામી રાખો છો.

તેમણે અમને શીખવ્યું કે જીવન આ વિશે નથી કે તમારી સાથે શું થાય છે, પરંતુ આ વિશે છે કે જ્યારે આવું થાય છે તો તમે કેવી રીતે પ્રતિક્રિયા કરો છો. અને સૌથી ઉપર, તેમણે અમને આ શીખવ્યું:

"તાકાત આ વાતથી સાબિત નથી થતી કે તમે શું જીતો છો, આ એ વાતથી સાબિત થાય છે કે તમે કેવી રીતે આગળ વધતા રહો છો, ત્યારે પણ જ્યારે તમારી નીચેનો રસ્તો પહેલાથી જ તૂટી ચૂક્યો હોય."

***

પ્રકરણ ૬. ક્વૉરૅન્ટીનમાં, પણ ક્યારેય એકલા નહીં

"કેટલાક પાઠ શાળાઓમાં નથી શીખવવામાં આવતા કે પુસ્તકોમાં નથી લખાતા, તેમને જીવવામાં આવે છે, તે શાંત પળોમાં જ્યારે દુનિયા અટકી જાય છે, અને તમારી પાસે એકબીજા સિવાય કંઈ નથી બચતું."

જ્યારે દુનિયા થંભી ગઈ, તો અમારું ઘર જેટલું પહેલાં ક્યારેય નહોતું, તેના કરતાં ક્યાંય વધારે મુખર થઈ ગયું. ૨૦૨૦માં, જ્યારે "લૉકડાઉન" શબ્દ એક સાર્વભૌમિક સજા બની ગયો, તો અમે પોતાને અમારા નાના સરખા ઘરની ચાર દીવાલોની અંદર ઘેરાયેલા જોયા, કેદીઓના રૂપમાં નહીં, પરંતુ એક અવિભાજિત પરિવારના રૂપમાં. એક ઘરમાં નવ લોકો.

COVID-19એ બધું બદલી નાખ્યું, જે રીતે અમે શ્વાસ લેતા હતા, તેનાથી લઈને જે રીતે અમે વિશ્વાસ કરતા હતા, ત્યાં સુધી.

બહાર, દુનિયા ડરથી ભરેલી હતી. સમાચાર ચેનલો ચીસો પાડી-પાડીને સંખ્યાઓ જણાવી રહ્યા હતા. માસ્ક અનિવાર્ય થઈ ગયા હતા, દૂરી એક કાયદો બની ગઈ હતી. સાયરનએ ટ્રાફિકની જગ્યા લઈ લીધી હતી. હૉસ્પિટલો ભરાઈ ગઈ હતી. દરવાજા કસીને બંધ થઈ ગયા હતા. પણ અમારા ઘરની અંદર, કંઈક ખુલી ગયું.

અમારી પાસે વધારાની જગ્યા કે વિલાસિતા નહોતી, પણ અમારી પાસે કંઈક દુર્લભ હતું: સાથે હોવું. એક એવા સમયમાં જ્યાં અલગતા વૈશ્વિક માપદંડ હતો, અમે દરરોજ એકબીજાની હાજરીમાં લપેટાયેલા રહેતા હતા. એ જ ફર્શ, એ જ છત, એ જ ભોજન, પણ નવ અલગ-અલગ લોકો એકબીજા પર પહેલાં કરતાં વધારે ભરોસો કરી રહી હતી.

ફક્ત એક વ્યક્તિ બહાર નીકળતા હતા, મોટા પા.

તેમને જ ઘરની બહાર નીકળવાની પરવાનગી હતી કારણ કે તે એક એવી કંપની માટે કામ કરતા હતા જે COVID આઇસોલેશન કેબિન બનાવતી હતી. તે ભયાનક મહિનાઓમાં પણ, જ્યારે મોટાભાગના લોકો દૂધ કે દવા માટે બહાર પગ મૂકવાથી ડરતા હતા, મોટા પા પોતાનો માસ્ક પહેરતા હતા, પોતાનો બેગ લેતા હતા, અને સૂરજ ઉગે તે પહેલાં નીકળી જતા હતા, સાહસિક યાત્રા માટે નહીં, પરંતુ કર્તવ્ય માટે.

તે માત્ર પોતાનો પગારની સાથે સાહસ લઈને ઘર આવતા હતા. તે ન ફક્ત કરિયાણું કે દવાઓ પાછી લાવતા હતા, પરંતુ આ આશ્વાસન પણ લાવતા હતા કે અનિશ્ચિતતાની દુનિયામાં પણ, અમને ત્યજવામાં આવ્યા નથી.

દરરોજ સાંજે, જ્યારે મુખ્ય દરવાજો ખૂલવાનો અવાજ આવતો હતો, તો અમે બધા થંભી જતા હતા, તેમના પગલાં સાંભળવા માટે, તે પરિચિત, શાંત અવાજ સાંભળવાની રાહ જોતા હતા. ક્યારેક-ક્યારેક તે થાકેલા ખભા સાથે પ્રવેશ કરતા હતા, તેમનો ચહેરો માસ્કના સ્ટ્રેપથી નિશાનવાળો થતો હતો. પણ ત્યારે પણ, તે હસતા હતા.

તે એટલા માટે નહોતા હસતા કે જીવન સહેલું હતું, પરંતુ એટલા માટે કે તે નથી ઇચ્છતા કે અમને મહેસૂસ થાય કે તે કેટલું કઠિન હતું.

"કેટલાક લોકો દુનિયાની સેવા માટે વર્દી પહેરે છે. કેટલાક લોકો બસ જવાબદારી પહેરે છે, અને તેને ક્યારેય ઉતારતા નથી."

અને અમે બાકીના? અમે આખરે સાથે હતા, દરરોજની દરેક મિનિટ. અને કોઈક રીતે, તે બધી અરાજકતાની વચ્ચે, અમે તે રીતોથી ઠીક થવાનું શરૂ કરી દીધું જેની જરૂર અમને ખબર જ નહોતી.

અમે દરરોજ સાંજે એક ફિલ્મ જોતા હતા, એક નવી વિધિ જે અમારી મુક્તિ બની ગઈ. આનાથી કોઈ ફરક નહોતો પડતો કે ફિલ્મ કોઈ જૂની બ્લેક એન્ડ વ્હાઇટ ક્લાસિક હતી, એક મૂર્ખામીભરી કૉમેડી, અથવા એક ફિલ્મ જેને અમે પહેલાં જ ત્રણ વાર જોઈ ચૂક્યા હતા. તે બે કલાક માટે, બહારનું ભારેપણું ઓગળી જતું હતું. અમે પાસે બેસતા હતા, ક્યારેક ફર્શ પર ધાબળો લઈને,

ક્યારેક ઘર પર બનાવેલા પોપકોર્નની પ્લેટો સાથે. સ્ક્રીન ટમટમતી હતી, ઉપર પંખો કડકડતો હતો, અને અમારી હાસ્ય તે દીવાલો સાથે ટકરાતી હતી જે ક્યારેક ચિંતાથી ગુંજતી હતી.

એક રાત, એક થ્રિલર જોતા, મારો નાનો ભાઈ ઓશિકાથી પોતાની આંખો ઢાંકી રહ્યો હતો. મારા દાદાજી, તેને સાંત્વના આપવાને બદલે, પોતાના ખુદના સાઉન્ડ ઇફેક્ટ જોડવા લાગ્યા, ભૂતિયા અવાજો કાઢવા લાગ્યા જ્યાં સુધી કે અમે બધા એટલા જોરથી ન હસ્યા કે પડોશીઓ કદાચ પેલી બાજુની દીવાલથી સાંભળી શકતા હતા. અમારા ઘરમાં ડર પણ કૉમેડી બની ગયો હતો.

મારી બહેન અને મેં રસોઈમાં પ્રયોગો કર્યા, એવી વાનગીઓને અજમાવી જેને અમે ત્યાં સુધી ફક્ત YouTube પર જોઈ હતી. કેટલીક આશ્ચર્યજનક રીતે સારી બની. કેટલીક બળેલા વાસણો અને ખૂબ વધારે મીઠામાં સમાપ્ત થઈ, પણ કોઈએ ફરિયાદ ન કરી. અમે પોતાની ભૂલો પર હસતા રહ્યા.

એકવાર, અમે પ્રેશર કુકરમાં કેક બનાવવાની કોશિશ કરી. અમે બેકિંગ પાઉડર નાખવાનું ભૂલી ગયા, અને તે કંઈક એવું બની ગયું જે ક્રિકેટ બોલ કરતાં વધુ કઠોર હતું. મારા દાદાજીએ મજાકમાં સૂચવ્યું કે અમારે તેને આત્મરક્ષા માટે રાખવું જોઈએ, જ્યારે મારી દાદીએ કહ્યું, "ઓછામાં ઓછું તેમાં કેક જેવી ખુશ્બુ તો આવી રહી છે!" તે અઠવાડિયાઓ સુધી અમારો પારિવારિક મજાક બની ગયો, જ્યારે પણ કંઈક ખોટું થતું હતું, અમે તેને 'પ્રેશર-કુકર કેક' કહેતા હતા.

અહીં સુધી કે અમારા દાદા-દાદી પણ પ્રયોગોમાં સામેલ થઈ ગયા. તે ઉપરથી વધારાના મસાલા છાંટતા હતા, પરંતુ આ જ જાદુ હતો.

અમે લગભગ દરરોજ લૂડો રમતા હતા. એક સાધારણ બોર્ડ ગેમ, ચાર ટોકન, એક પાસો, પણ અમારા માટે, તે પ્રેમનું એક યુદ્ધનું મેદાન બની ગયું. મારા નાના ભાઈ-બહેન પોતાના વારા માટે લડતા હતા. અમે ચીડવતા હતા, અમે દલીલ કરતા હતા, અમે ફરી ચીડવતા હતા. અને આ બધું અમને વધારે જોડાતા હતા.

એક સાંજે, રમત એટલી ગરમાઈ ગઈ કે મારી નાની બહેન ભડકી ઊઠી, એવું કહેતા કે તે ફરી ક્યારેય નહીં રમે. દસ મિનિટ પછી, તે ચૂપચાપ પાછી આવી, પોતાનો ટોકન બોર્ડ પર પાછૂ મુક્યું, અને ધીમેથી બોલી, "હું બસ એક રાઉન્ડ રમીશ." અલબત્ત, તે ત્રણ કલાક સુધી રોકાઈ રહી. પરિવારમાં પ્રેમ આવી રીતે જ કામ કરે છે, પાસો લૂઢકવાના અવાજ કરતાં ગુસ્સો વધુ ટકતો નથી.

બહારની ખબરો નુકસાનની વાર્તાઓ જણાવી રહી હતી, પરંતુ અમારી ચાર દીવાલોની અંદર, અમે અસ્તિત્વની વાર્તાઓ બનાવી.

"જ્યારે તમારી ચારે બાજુ બધું વિખેરાઈ જાય છે, તો કંઈક એવું બનાવો જે જોઈ ન શકાય, એક બંધન, એક સ્મૃતિ, એક પળ."

અમે ત્રણેય બનાવ્યા.

એક સાંજે, અમે ફિલ્મ જોઈ રહ્યા હતાં તે દરમિયાન, લાઈટ જતી રહી. પંખો અટકી ગયો. રૂમ ગરમ અને શાંત થઈ ગયો. પરંતુ હતાશાને બદલે, કોઈકે મીણબત્તી સળગાવી. અમે બધા તે મંદ રોશનીમાં, પલાંઠી વાળીને બેસી ગયા, કારણ કે મારા દાદાજીએ જૂની વાર્તાઓ સંભળાવવાનું શરૂ કરી દીધું, તેમના બાળપણની, યુદ્ધની, મોબાઈલ ફોન પહેલાંના જીવનની. એક પળ માટે, એવું લાગ્યું જેમ સમય અટકી ગયો હોય. કોઈ મહામારી નહીં. કોઈ લૉકડાઉન નહીં. બસ એક છત નીચે શ્વાસ લેતી ત્રણ પેઢીઓ, સાંભળવું, શીખવું, પ્રેમ કરવો.

તે રાત, મારી દાદીએ તેમની વાર્તાઓમાં એક ગીત જોડ્યું, એક નરમ, જૂનું ભક્તિ ગીત. જલ્દી જ, મારી મા ગણગણાવા લાગી, મારી બહેન પોતાના પાતળા પણ મધુર અવાજ સાથે સામેલ થઈ ગઈ, અને અહીં સુધી કે પા પણ પોતાની આંગળીઓથી પલંગ પર તાલ આપવા લાગ્યા. અમારો નાનો ૨BHK ફ્લેટ તૂટેલા અવાજોનો એક કોન્સર્ટ હૉલ બની ગયો, પણ અમારા માટે, આ ટીવી પર ચાલી રહેલી કોઈ પણ વસ્તુ કરતાં વધુ સુંદર હતું.

તે કલાકોમાં, મને કંઈક અહેસાસ થયો: દુનિયા અમને ડર શીખવી રહી હતી. પરંતુ અમારું ઘર અમને વિશ્વાસ શીખવી રહ્યું હતું.

સામાન્યતામાં વિશ્વાસ, વહેંચાયેલા ભોજનમાં, બોર્ડ ગેમ અને ખરાબ વાનગીઓમાં, હાજર રહેવામાં, થામી રાખવામાં, અને સૌથી ઉપર, એકબીજામાં વિશ્વાસ.

ભલે અમે અમારા નાના સરખા ઘરમાં ખુશીનું નિર્માણ કર્યું, પરંતુ દુઃખે ફરી પણ અમારા દરવાજા સુધી પોતાનો રસ્તો શોધી લીધો. COVIDએ કોઇને ન બક્ષ્યા, અહીં સુધી કે સૌથી મજબૂત આત્માઓને પણ નહીં. મારી મા અને મોટી માએ મહામારી દરમિયાન પોતાના પિતા, અમારા નાના,ને ગુમાવી દીધા.

તે હંમેશા તેમના જીવનમાં એક ઊંચુ વ્યક્તિત્વ રહ્યા હતા. અનુશાસન, વિનમ્રતા અને ગરમાહટના વ્યક્તિ, તેમણે પોતાની ચૂપકીમાં જ્ઞાન અને પોતાના સાધારણ ઈશારાઓમાં પ્રેમ રાખ્યો. અમે પૌત્ર-પૌત્રીઓ માટે, તે એક વાર્તાકાર અને એક માર્ગદર્શક હતા. પોતાની દીકરીઓ માટે, તે પહેલા પુરુષ હતા જેમની તેમણે ક્યારેય પ્રશંસા કરી હતી.

જ્યારે તેમના નિધનની ખબર અમારા સુધી પહોંચી, તો તે અવાસ્તવિક લાગી. કોઈ છેલ્લું ગળે મળવું નહોતું. કોઈ યોગ્ય વિદાય નહીં. બસ એક ફોન કોલ, કેટલાક તૂટેલા શબ્દો, અને ચૂપકી જે એક પડછાયાની જેમ રૂમમાં ફેલાઈ ગઈ.

અમે દુઃખ મનાવવા માટે એક મોટા પરિવારના રૂપમાં ભેગા પણ ન થઈ શક્યા, કારણ કે પ્રતિબંધોએ તેની પરવાનગી ન આપી. અંતિમ સંસ્કાર સંખ્યા બની ગયા, અનુષ્ઠાનોને ટૂંકા કરી દેવામાં આવ્યા, અને પરંપરાઓમાં બાધા આવી. મારી મા ચૂપચાપ ખૂણામાં બેઠી હતી, પોતાના દુપટ્ટાને પોતાના ચહેરા પર દબાવ્યો હતો, જેથી પા ન જોઈ શકે. મોટી માએ પોતાની હથેળી પોતાની છાતી પર દબાવી, એવા પિતા માટે પ્રાર્થનાઓ ધીમેથી કરી જેમની પાસે તે જઈ નહોતી શકતી.

પહેલીવાર, મેં તે બે મહિલાઓને જોઈ જે હંમેશા અમારી તાકાતના સ્તંભ રહી હતી, દુઃખના વજન નીચે ઝૂકી ગઈ.

પરંતુ તે તોફાનમાં પણ, તેમણે અમને સંભાળ્યા.

પા પહેલાથી જ લકવાગ્રસ્ત હતા. તે અનુષ્ઠાનોમાં સામેલ નહોતા થઈ શકતા, દુઃખમાં પોતાની પત્નીને ખભો પણ આપી શકતા નહોતા. તેમ છતાં તેમણે એકમાત્ર રીતે કોશિશ કરી, સાહસના શબ્દો ધીમેથી કહ્યા, અમને યાદ અપાવતા કે તેમના પિતા તેમને મજબૂત બની રહેવા માટે કહેશે. તેમનો અવાજ ધ્રૂજી રહ્યો હતો, પણ તેમનો ઈરાદો સ્થિર હતો.

ત્યારે મેં કંઈક ઊંડું શીખ્યું:

"ક્યારેક-ક્યારેક જેમને સૌથી વધારે સાંત્વનાની જરૂર હોય છે, તે જ બીજાઓને સાંત્વના આપે છે."

તે દિવસોમાં, અમે બધા એક બીજાની નાની-નાની બાબતોની ખૂબ કાળજી રાખતા હતાં. મારા ભાઈ-બહેનોએ ઘરના કામ સંભાળી લીધા જેથી માને વધુ બોજ મહેસૂસ ન થાય. મેં નાની-નાની વસ્તુઓ સંભાળવાનું શરૂ કરી દીધું, ઓનલાઈન બિલોની ચૂકવણી કરવી, દવાઓની યાદીઓ બનાવવી, ઓક્સીમીટરથી ઓક્સિજનના સ્તરની તપાસ કરવી. આમાંથી કોઈ પણ કામ શાનદાર નહોતું, પરંતુ દરેક કાર્ય અમારું આ કહેવાનો તરીકો હતો: અમે તમને થામીશું, બરાબર તેમ જ જેમ તમે હંમેશા અમને થામ્યા છે.

મને યાદ છે એક રાત, મારો નાનો ભાઈ દબાતા પગલે રસોઈમાં ગયો અને ચૂપચાપ મા માટે ચા બનાવી. ખાંડ ખૂબ વધારે હતી, સ્વાદ થોડો બગડેલો હતો, પરંતુ જ્યારે તેમણે તેને પીધી, તો તેમણે આંસુઓની વચ્ચે હસતા કહ્યું, "આ એકદમ પરફેક્ટ છે." કારણ કે દુઃખમાં, આ ચા વિશે નથી હોતું, આ તે પ્રેમ વિશે હોય છે જે આની સાથે ઉકળે છે.

મોટી મા, કેન્સર પછી પોતાનુ નાજુક સ્વાસ્થ્ય હોવા છતાં, માની પાસે જ રહ્યાં. તે મોડી રાત સુધી એકસાથે બેસતી હતી, ક્યારેક વાત કરતી હતી, ક્યારેક નહીં. બસ બેઠી રહેતી હતી. કારણ કે દુઃખને હંમેશા શબ્દોની જરૂર નથી હોતી, તેને હાજરીની જરૂર હોય છે.

નુકસાનના તે દોરએ અમને શીખવ્યું કે પરિવાર દર્દથી ભાગીને ઠીક નથી થતા. તે તેને એકસાથે સમેટીને ઠીક થાય છે.

"જ્યારે દુઃખ એક જોડી ખભા માટે ખૂબ ભારે થઈ જાય છે, તો પરિવાર તેને એક થઈને ઉઠાવે છે."

અમે જે થયું તેને બદલી નહોતા શકતા. અમે તેમને પાછા નહોતા લાવી શકતા. પરંતુ અમે એકબીજાને કઠોર મન રાખીને બચાવીને તેમનું સન્માન કર્યું.

અને જોકે બહારની દુનિયા અમને સંખ્યાઓ દેખાડતી રહી, અમારા માટે, તે ખોવાયેલું એક જીવન એક આંકડો નહોતું. તે પ્રેમ હતો. તે સ્મૃતિ હતી. તે પરિવાર હતો.

અમારા નાનાને ગુમાવ્યા પછી, દુઃખ અમારા ઘરમાં એક શાંત મહેમાન બની ગયું. તેણે ચીસ પાડ્યું નહીં, તેણે ગુસ્સો ન કર્યો, તે બસ ખૂણાઓમાં બેસી ગયું, તે પળોની રાહ જોતું રહ્યું જ્યારે ચૂપકી ખૂબ તેજ થઈ જતી હતી. અને તેમ છતાં, એ જ શ્વાસમાં, અમારે જીવનની સાથે આગળ વધવાનું હતું.

અમારા પિતા પહેલાંથી જ લકવાગ્રસ્ત હતા, દુર્ઘટનાના લગભગ બે વર્ષ પછી પણ પોતાની ગરદન હલાવવામાં અસમર્થ હતા. તેમની સ્થિતિમાં સતત ધ્યાન આપવાની જરૂર હતી, દવાઓ, ફિઝિયોથેરાપી, સાવધાનીથી ખાવાનું ખવડાવવું, અને અનંત દેખભાળ. મારી મા અને મોટી માએ તે જવાબદારીને અનુભવી યોદ્ધાઓની જેમ નિભાવી, ત્યારે પણ જ્યારે તેમના દિલ તેમના પિતાના ખોવાના દુઃખથી લોહી વહાવી રહ્યા હતા.

ત્યારે મને સમજાયું કે સાચી હીંમત પહાડોને હલાવવા વિશે નથી, આ આંસુઓ સાથે કપડાં ધોવા, ધ્રૂજતા હાથોથી એક સાધારણ ભોજન બનાવવું, અને જ્યારે તમારા બાળકો તમને જુએ છે ત્યારે મોં પર સ્મિત રાખવું.

અમે બાળકો જ્યાં પણ થઈ ત્યાં મદદ કરતાં હતા. મારો ભાઈ કરિયાણાનો સામાન સાફ કરવાનું શીખી ગયો હતો, મા દ્વારા બનાવેલી સૂચિઓને એક-એક કરીને તપાસતો રહ્યો. મારી બહેને પાનું મનોરંજન કરવાનું પોતાનું મિશન બનાવી લીધું. તે પોતાની સ્કૂલની કિતાબોની સાથે તેમના બાજુમાં બેસતી હતી, જોરથી વાંચતી હતી, એટલે નહીં કે તેમાણે તેને કહ્યું હતું, પરંતુ એટલા માટે કે તેમને લાગતું હતું કે કદાચ તેમની અવાજ તેમના દર્દથી તેમનું ધ્યાન હટાવશે.

મેં પણ જીવનમાં ઓનલાઈન બિલ ભરવા, સંબંધીઓ સાથે વર્ચ્યુઅલ અપડેટ, અને આ સુનિશ્ચિત કરવું કે માને દરેક નાની જરૂરિયાત માટે બહાર જવાની ચિંતા ન કરવી પડે. આ એક વિચિત્ર મિશ્રણ હતું: એક કિશોર હોવું, તેમ છતાં તે જવાબદારીઓને સંભાળવી જે મારી ઉંમર કરતાં ક્યાંય વધારે હતી. પણ કદાચ જીવન મને આ જ શીખવી રહ્યું હતું:

"પરિપક્વતા જન્મદિવસ સાથે નથી આવતી. આ તે લડાઈઓ સાથે આવે છે જેની તમે ક્યારેય લડવાની આશા નહોતી કરી."

અહીં સુધી કે સૌથી નાના કાર્યોમાં પણ ધ્યાન દેવું પડતું હતું.

એક સાંજે, પાએ ધીમેથી કહ્યું કે, તે ઇચ્છે છે કે તેમનું ઓશિકું કોઈ સરખુ કરી આપે, કારણ કે તેમની ગરદનનું દર્દ અસહનીય હતું. મેં તેને ઠીક કરવામાં લગભગ અડધો કલાક લગાવ્યો. તેમનો ચહેરો નરમ થતા જોયો જ્યારે આખરે તેમને રાહત મળી. તે નાની સરખી સ્મિત દિવસની સૌથી મોટી જીત લાગી.

એક બીજી રાત, લિવિંગ રૂમમાં બલ્બ ફ્યુઝ થઈ ગયો. આ માત્ર એક બલ્બ હતો, કંઈક સાધારણ, પરંતુ અમારા માટે આ મહત્વપૂર્ણ હતું, કારણ કે તે રૂમ હતો જ્યાં પા રહેતા હતા. મારો ભાઈ એક ખુરશી પર ચઢ્યો, સાવધાનીથી તેને ઠીક કર્યો, જ્યારે માએ ખુરશીને સ્થિર રાખી અને પા ચૂપચાપ જોતા રહ્યા. જ્યારે બલ્બ ફરીથી ચાલુ થયો, તો આખા ઘરે તાળી પાડી જેમ અમે હમણાં જ આખા શહેરમાં વીજળી પુનઃસ્થાપિત કરી દીધી હોય.

આ નાની જીત જ હતી જેમણે અમને આગળ વધાર્યા. અને પછી, અણધાર્યા હાસ્યના ક્ષણ પણ હતા, તે હાસ્ય જેણે અમને યાદ અપાવ્યું કે અમે હજી પણ જીવતા છીએ.

એક બપોરે, મારી બહેને રોટલીઓ બનાવવાની કોશિશ કરી. તે કડક બની, લગભગ પાપડ જેવી. પા, તેને સંઘર્ષ કરતા જોઈને, ધીમેથી ચીડવ્યા: "જો તું આ પીરસીશ, તો મહેમાન ખાતા પહેલાં જ ભાગી જશે." તે એટલા જોરથી હસી કે તેણે વેલણ પાડી દીધું. તે હાસ્ય રૂમમાં દુઃખ કરતાં વધુ તેજ ગુંજ્યું.

અમે ત્યારે કંઈક મહત્વપૂર્ણ મહેસૂસ કર્યું:

"ખુશી ત્યારે નથી આવતી જ્યારે જીવન એકદમ પરફેક્ટ સંપૂર્ણ હોય. આ અપૂર્ણ રસોઈમાં, બળેલી રોટલીઓમાં, બેમેળ દિનચર્યામાં આવે છે, જ્યારે પ્રેમ દુઃખ કરતાં મોટો હોય છે."

દુઃખમાં લોકોને પરખવાનો એક વિચિત્ર તરીકો હોય છે. કેટલાક તૂટી જાય છે. કેટલાક પોતાના દરવાજા બંધ કરી લે છે. અને પછી અમારા જેવા પરિવાર હોય છે, જે, શોક મનાવતા હોવા છતાં, કોઈક રીતે નુકસાનની તિરાડોની અંદર જીવન બનાવવાનો તરીકો શોધી લે છે.

અમારા નાનાને ગુમાવ્યા પછી, મારી મા અને મોટી માએ ક્યારેય પણ પોતાના દુઃખને પોતાના કર્તવ્ય પર હાવી થવા ન દીધું. તેમની આંખોમાં આંસુ હતા, હા, પણ તેમના હાથ ક્યારેય નહોતા અટક્યા. રસોઈની આગ ક્યારેય નહોતી બુઝાઈ. દવાઓ ક્યારેય નહોતી છૂટી. પાની ફિઝિયોથેરાપી ક્યારેય નહોતી છોડાઈ.

જેમ તે અમને ચૂપચાપ કહી રહ્યા હોય: "દર્દ તમારા દિલને રોકી શકે છે, પરંતુ તેને તમારી જવાબદારીઓને ક્યારેય ન રોકવી જોઈએ."

અમે બાળકોએ સૌથી નાના વિવરણો પર ધ્યાન આપવાનું શીખ્યું. જો પાની પાણીની બોટલ અડધી ખાલી રહતી હતી, તો અમે તેમના પૂછ્યા પહેલાં તેને ભરી દેતા હતા. જો મોટી મા બેચેનીથી હલતી હતી, તો મારી બહેન તેમને ઓશિકું લાવવા માટે દોડતી. જો સેનિટાઇઝરની બોટલ ઓછી થઈ જતી હતી, તો મારો ભાઈ તેને મોટા કન્ટેનરથી ભરી દેતો હતો. આ શાનદાર કાર્ય નહોતા, પરંતુ દરેક એકે કહ્યું: "અમે ધ્યાન આપી રહ્યા છીએ, અમે અહીં છીએ, તમે એકલા નથી."

એવા દિવસો હતા જ્યારે દુઃખ અચાનક, એક લહેરની જેમ આવતું હતું. એકવાર, રસોઈ બનાવતી વખતે, મા ચૂપચાપ તૂટી ગઈ, આંસુ લોટમાં પડી રહ્યા હતા જેને તે ગૂંથી રહી હતી. હું દરવાજાથી જોઈ રહી હતી, મને સમજ ન હતી પડતી કે હું શું કરું. મોટી મા ચાલીને આવી, પોતાનો હાથ માના ખભા

પર રાખ્યો, અને ધીમેથી કહ્યું, "ચિંતા ન કર, હું સંભાળી લઈશ. જઈને આરામ કર." આ માત્ર રસોઈ બનાવવા વિશે નહોતું. આ શબ્દો વિના એકબીજાના દુઃખને સહારો આપવાનું હતું.

તે પળોમાં, મને અહેસાસ થયો કે પરિવારના સદસ્યો વચ્ચે સાચો પ્રેમ જોરદાર નથી હોતો, તે શાંત અદલાબદલી, ન કહેવાયેલી રાહત હોય છે.

પણ દુઃખ માત્ર ચૂપકી નથી લાવ્યું. ક્યારેક-ક્યારેક, તે વિચિત્ર, લગભગ અકથનીય અનુભવો પણ લાવતું.

એક દિવસ, અમે મોડી રાત સુધી લૂડો રમ્યા. મારી બહેને પાસો ફેંક્યો અને સતત ત્રણ વાર છ આવ્યો. તે ખુશીથી ચીસો પાડતા કૂદી પડી, આ કહેતા કે તે "લૂડો ક્વીન" છે. પા, પોતાના પલંગથી જોતા, તેને ચીડવ્યા: "જો તું રાણી છે, તો મારો મુગટ ક્યાં છે?" મારા ભાઈએ જલ્દીથી કાગળ વાળીને એક મુગટ બનાવ્યો અને તેને પાના માથા પર મૂકી દીધો. દિવસોમાં પહેલીવાર, તે જોરથી હસ્યા. તે અવાજ અમૂલ્ય હતો, દુનિયાના બધા ધન કરતાં વધુ મૂલ્યવાન અવાજ.

"ક્યારેક-ક્યારેક ઉપચાર દવાઓથી નથી આવતો, પરંતુ તે લોકોથી ભરેલા રૂમમાં હાસ્યથી આવે છે જે એકબીજા પર હાર માનવાનો ઇનકાર કરે છે."

જ્યારે દુનિયા અરાજકતામાં હોય છે, તો અસ્તિત્વ મોટી વસ્તુઓ વિશે નથી હોતું. આ નાની વસ્તુઓ વિશે હોય છે. દરવાજાની પાસે સેનિટાઇઝરની બોટલ. અડધી રાતની લાલસા માટે બચાવેલા બિસ્કિટનું પેકેટ. પાના પલંગ પર વાળેલો ધાબળો.

અમે શીખ્યા કે અસ્તિત્વ ચમત્કારોથી નહીં, પરંતુ સાધારણ હાથો દ્વારા અસાધારણ પ્રેમથી કરાયેલા સાધારણ કાર્યોથી વણાયેલું છે.

મારી મા અને મોટી માએ હમણાં જ પોતાના પિતાને ગુમાવ્યા હતા, તેમ છતાં તેમણે એક મૂવી નાઇટ દરમિયાન અમારા સાથે હસવાની તાકાત શોધી લીધી, ભલે તેમની હાસ્ય તૂટેલી અને ટૂંકા સમયની હતી. તે જાણતી હતી કે જો તેમણે

દુઃખને પોતાને ડૂબાડવા દીધું, તો નવ લોકો ડૂબી જશે. એટલે તેમણે તૂટેલા દિલો સાથે પણ, તરવાનું પસંદ કર્યું.

પાની પણ પોતાની શાંત લડાઈઓ હતી. દુર્ઘટનાના લગભગ બે વર્ષ પછી, તેમની ગરદને હજી પણ હલવાની ના પાડી દીધી હતી. તે એ જોવા માટે પણ વળી શકતા નહતા કે રૂમમાં કોણ આવ્યું છે. દરેક વખતે જ્યારે અમે અંદર આવતા હતા, તો તે અમને ફક્ત અમારા અવાજથી ઓળખતા હતા. તેમ છતાં, તેમણે ક્યારેય અમારા વિશે પૂછવાનું બંધ ન કર્યું. "તારો દિવસ કેવો રહ્યો? શું તે ખાધું? શું તે તારું હોમવર્ક પૂરું કરી લીધું?" તેમનું પોતાનું શરીર તેમને ધોકો આપી રહ્યું હતું, પરંતુ તેમનું દિલ હજી પણ અમારા સુધી પહોંચતું હતું.

આ જ પળોમાં મને કંઈક ઊંડો અહેસાસ થયો: લકવો શરીરને સાંકળથી બાંધી શકે છે, પરંતુ આત્માને ક્યારેય કેદ નથી કરી શકતો.

અને પછી તે ભયાનક રાતો, જે હજી પણ સ્મૃતિમાં બનેલી છે. ક્યારેક-ક્યારેક, પા ધીમેથી કહેતા હતા કે તેમને લાગે છે જેમ કોઈ તેમને ખેંચી રહ્યું છે, તેમને એક ન દેખાતી જગ્યા પર ઘસડી રહ્યું છે. અમે તેમને ક્યારેય નકાર્યા નહીં. તેના બદલે, અમે નજીક બેસતા હતા, અને જોરથી પ્રાર્થનાઓ ધીમેથી કહેતા હતા, અને વધુ મીણબત્તીઓ સળગાવતા હતા. કેટલીક વસ્તુઓ એવી છે જેને વિજ્ઞાન સમજાવી ન શકે, અને કદાચ ક્યારેય નહીં સમજાવે. અમારા માટે, તે પળો માત્ર ડર વિશે નહોતા, તે આ વાતની યાદ અપાવતા હતા કે જીવન નાજુક છે, કે અમે જોયેલી અને ન જોયેલી બંને પ્રકારની લડાઈઓ લડી રહ્યા હતા.

"કેટલાક પડછાયાઓ સમજાવવા માટે નથી હોતા. એ અમને તે રોશનીની યાદ અપાવવા માટે હોય છે જેની આપણે રક્ષા કરવી જોઈએ." પણ આ પડછાયાઓની વચ્ચે રોશની પણ હતી.

અમે લૉકડાઉનમાં પણ જન્મદિવસ ખાસ બનાવ્યા. કોઈ બેકરી ખુલ્લી નહોતી, એટલે મારી બહેને બિસ્કિટને કચરી નાખ્યા, તેમને કોકો સાથે ભેળવ્યા, અને તેમને એક કેક મોલ્ડમાં દબાવ્યા. તેણે તેને રત્નોથી સજાવ્યો અને સફેદ ટૂથપેસ્ટથી "જન્મદિવસ મુબારક" લખ્યું. જ્યારે અમે તેને કાપી, તો પાની

આંખો ચમકી ઊઠી. આ કેક વિશે નહોતું. આ એ હકીકત વિશે હતું કે સંકટમાં પણ, અમે જીવનની ઉજવણી કરવાનું બંધ કરવાથી ઇનકાર કરી દીધો.

ક્યારેક-ક્યારેક, દર્દની વિરુદ્ધ સૌથી સારી અવજ્ઞા ખુશી હોય છે. અને અમે ખુશીને પસંદ કરી.

જ્યારે દિવસો અઠવાડિયામાં બદલાઈ ગયા અને અઠવાડિયા મહિનાઓમાં ધૂંધળા થઈ ગયા, તો લૉકડાઉને અમને કંઈક એવું શીખવ્યું જે કોઈ ક્લાસ ક્યારેય નહોતો શીખવી શક્યો: જીવન આ વાતથી નથી માપવામાં આવતું કે તમારી દીવાલોની બહાર શું થાય છે, પરંતુ આ વાતથી કે તમે તેમની અંદર કેવી રીતે રહેવાનું પસંદ કરો છો.

મારી મા અને મોટી મા અવારનવાર મોડી રાત સુધી એકસાથે બેસતી હતી જ્યારે બાકી બધા સૂઈ જતા હતા. ક્યારેક-ક્યારેક, મેં દીવાલો પાર તેમની ધીમી વાતો સાંભળી. ક્યારેક-ક્યારેક, મેં બિલકુલ કંઈ ન સાંભળ્યું, ફક્ત દબાયેલી સિસકાંનો અવાજ. તેમણે પોતાના પિતાને એવા સમયમાં ગુમાવ્યા હતા જ્યારે દુનિયા પહેલાથી જ તૂટી રહી હતી. કોઈ મોટો અંતિમ સંસ્કાર નહીં. કોઈ અંતિમ આલિંગન નહીં. બસ એક ફોન કોલ પર અપાયેલી ખબર, અને એક એવી ચૂપકી જે દિલને કચડી નાખતી હતી.

મને એક ખાસ દિવસ યાદ છે. પાના ઘા(બેડસોર્સ) વધી ગયા હતા, અને તેમને તાત્કાલિક ડ્રેસિંગની જરૂર હતી. COVID પ્રતિબંધોના કારણે નર્સો નહોતી આવી શકતી. મારી મા તેમની બાજુમાં ઊભી હતી, ધ્રૂજતા હાથોમાં કપાસ અને એન્ટિસેપ્ટિક પકડેલું હતું. કામ કરતી વખતે તે ચૂપચાપ રડી, તેમની પાસે માફી ધીમેથી માંગી જેમ તેમણે જ તેમને દર્દ આપ્યો હોય. અને પા, ત્યાં સુતેલાં, પોતાની ગરદન હજી પણ અચળ, ધીમેથી જવાબ આપ્યો, "રડ નહીં. તું મારી તાકાત છે. જો તું તૂટીશ, તો હું તૂટી જઈશ."

તે એક વાક્યએ અમે બધાને થામી રાખ્યા.

આ દરમિયાન, ઘરના બાળકો, મારા ભાઈ, મારી બહેન, અને મેં, શીખ્યું કે જવાબદારી વિનમ્રતાથી દસ્તક નથી આપતી. તે અંદર ઘૂસી આવે છે. બાળપણ

અમારાથી ખૂબ પહેલાં જ છીનવી લેવામાં આવ્યું હતું, પણ લૉકડાઉને અમારી શરૂઆતની યુવાનીને મજબૂત કરી દીધી. અમે હવે જીવનના અમને પાઠ શીખવવાની રાહ નહોતા જોઈ રહ્યા. જીવનએ પહેલાં જ પૂરો અભ્યાસક્રમ અમારા પર ફેંકી દીધો હતો.

"કેટલીક લડાઈઓ દૃશ્ય દુનિયાની વિરુદ્ધ નથી હોતી. તે ચૂપકીમાં લડાય છે, પ્રાર્થનાઓને હથિયારના રૂપમાં અને પ્રેમને કવચના રૂપમાં લઈને."

અને પછી તે નાની જીત આવી જેમણે અમને યાદ અપાવ્યું કે અમે લડતા કેમ રહ્યા. તે દિવસ જ્યારે પા અઠવાડિયાઓ પછી પોતાની એક આંગળી હલાવવામાં સફળ રહ્યા. તે દિવસ જ્યારે મોટી મા એક મૂર્ખામીભરી મજાક પર જોરથી હસી, તેમની છાતી પર નિશાન દેખાઈ રહ્યું હતું પરંતુ તેમની આત્મા અતૂટ હતી. તે દિવસ જ્યારે અમે નવે નવ લોકો ફર્શ પર બેઠા, એક મોટી પ્લેટમાંથી રાતનું ખાવાનું ખાઈ રહ્યા હતા, કારણ કે ગેસ સિલિન્ડર ખતમ થઈ ગયું હતું, અને તેમ છતાં, કોઈક રીતે, તે ભોજન અમારા જીવનની સૌથી સારી મિજબાની જેવું લાગ્યું.

આ જ પળોમાં, નાજુક, ક્ષણભંગુર, તેમ છતાં અવિસ્મરણીય, અમને કંઈક ઊંડું અહેસાસ થયું: લૉકડાઉનમાં પણ, અમે ફસાયેલા નહોતા. અમે થામી રાખવામાં આવ્યા હતા. એકબીજા ને પ્રેમ અને વિશ્વાસની દોરથી.

જેમ-જેમ લૉકડાઉનના મહિના ધીમે-ધીમે દુનિયા પર પોતાની પકડ ઢીલી કરવા લાગ્યા, લોકો ફરીથી બહાર પગ મૂકવા લાગ્યા. રસ્તાઓ કારોથી ભરાઈ ગયા. બજારો અવાજથી ગુંજી ઉઠ્યા. શાળાઓએ ફરીથી ખુલવાની વાત શરૂ કરી દીધી. જીવન, ટુકડાઓમાં, પાછું આવી ગયું. પરંતુ અમારા ઘરની અંદર, કંઈક હંમેશા માટે બદલાઈ ગયું હતું.

અમે તે જ નવ લોકો નહોતા જેમણે તે લૉકડાઉનમાં પ્રવેશ કર્યો હતો. અમે એકસાથે આગમાંથી પસાર થયા હતા. અમે એક જ શ્વાસમાં દુઃખ, હાસ્ય, ડર અને વિશ્વાસ, બધું જ ઢોળ્યું હતું. અમે ગુમાવ્યું હતું, ઊંડા, પીડાદાયક તરીકે, અમારા નાનાને, એક ગરિમા અને દયાળુતાના વ્યક્તિને. તેમની ગેરહાજરીએ

અમારા દિલોમાં એક ખાલી ખુરશી છોડી દીધી જેને કોઈ બીજું ભરી નહોતું શકતું. અને તેમ છતાં, તેમની ગેરહાજરીમાં પણ, તેમણે અમને એક અંતિમ પાઠ આપ્યો: કે એક સારા માણસનો પ્રભાવ ક્યારેય નથી મરતો. તે તેમના બાળકો અને પૌત્ર-પૌત્રીઓના પ્રેમમાં જીવિત રહે છે.

અમારી માતાઓએ તેમના શિક્ષણને આગળ વધાર્યું. તેમનું બલિદાન, તેમના શાંત આંસુ અમારી તાકાતના મૂળ બની ગયા. તેમને જોઈને, આને વાંચી રહેલી દરેક મહિલાને ખબર હોવી જોઈએ: તમે જેટલું વિચારો છો તેના કરતાં વધુ મજબૂત છો. તમે તોફાનોને ઢોળવા અને તેમ છતાં આશ્રય પ્રદાન કરવામાં સક્ષમ છો. તમે અસ્તિત્વની શાંત વાસ્તુકલાકાર છો.

ઘરના દરેક બાળકે પણ કંઈક આગળ વધાર્યું. મારા ભાઈએ પોતાની ઉંમરથી વર્ષો પહેલાં જવાબદારી શીખી. મારી બહેને એવી રીતોથી કરુણા શીખી જેની તેના સાથી કલ્પના પણ નથી કરી શકતા હતા. મેં શીખ્યું કે જીવન તમારા તૈયાર કરવા માટે નથી અટકતું, એ તમારી પાસે ઊભા થવાની માંગણી કરે છે, ભલે તમે તૈયાર હોવ કે ન હોવ.

અને મોટા પા? તે માત્ર કરોડરજ્જુ કરતાં વધુ બની ગયા. તે ઘરનો શ્વાસ બની ગયા. દરરોજ તે ખતરાનો સામનો કરવા માટે બહાર પગ મૂકતા હતા, અને દરરોજ સાંજે તે પોતાની થાકેલા સ્મિતમાં સાહસ સીવીને પાછા ફરતા હતા. તેમણે અમને બતાવ્યું કે પિતૃત્વ એક માણસ સુધી સીમિત નથી. તેને વહેંચી શકાય છે, ગુણી શકાય છે, અને ચૂપકીમાં જીવી શકાય છે.

પા, જે હજી પણ પોતાની ગરદન પૂરી રીતે નહોતા હલાવી શકતા, ધીમેથી કહ્યું: "બહારની દુનિયા બદલાઈ ગઈ છે. પણ આ ઘરની અંદર... અમે અતૂટ થઈ ગયા છીએ."

મારી આંખોમાં આંસુ ભરાઈ આવ્યા. કારણ કે આ સત્ય હતું.

અમે ક્વૉરૅન્ટીનમાં હતા, હા. પણ ક્યારેય એકલા નહીં.

"ક્યારેક-ક્યારેક જીવન દરવાજા બંધ કરી દે છે, તમને સજા આપવા માટે નહીં, પરંતુ તમારી રક્ષા કરવા માટે, જેથી તમે આ શોધી શકો કે સૌથી મોટી આઝાદી બહાર નથી, પરંતુ તે બાહુઓમાં છે જે તમને ક્યારેય નથી છોડતી."

તે રાત, જેમ જ મેં રૂમમાં ચારે બાજુ જોયું, પોતાના પાને, જે હજી પણ હસી રહ્યા હતા, પોતાની માને થાકેલી તેમ છતાં ઉગ્ર આંખો સાથે, મોટી માને પોતાની સર્જિકલ નિશાન પર પોતાનો સ્કાઈ સમાયોજિત કરતા, મોટા પાને ખૂણામાં ચૂપચાપ પોતાની બાહુઓ વાળતા, પોતાના ભાઈ-બહેનોને એકબીજા પર ઝૂકેલા, અને પોતાના દાદા-દાદીને પ્રાર્થનામાં હાથ જોડેલા, મને કંઈક અહેસાસ થયો.

અમે માત્ર મહામારીથી ન બચ્યા. અમે તે ધન શોધ્યું જેને ક્યારેય ચોરી નથી શકાતું: પરિવાર. અને જેમ જ દુનિયા પોતાની અરાજકતામાં પાછી ભાગી, અમે એક સચ્ચાઈને આગળ લઈ ગયા જે હંમેશા અમારા સાથે રહેશે:

"અમને ક્યારેય બંધ નહોતા કરાયા. અમને એકસાથે બંધ કરી દેવાયા. અને તે જ રીતે, અમે અત્યાર સુધીની સૌથી મોટી આઝાદી શોધી."

***

પ્રકરણ ૭. દુનિયા તેમના પાસેથી શું શીખી શકે છે

કોઈ એવા વ્યક્તિને દુઃખમાં જોવું જેને તમે પ્રેમ કરો છો, તેનો સૌથી કઠિન ભાગ હંમેશા દર્દ નથી હોતો, એ જોવાનું હોય છે કે બીજાના દર્દ પર તે કેવી રીતે પ્રતિક્રિયા આપે છે. જ્યારે પાની દુર્ઘટના થઈ, તો મને આ ખબર પડી કે સૌથી તીખો ઘાવ ક્યારેક-ક્યારેક તે લોકો પાસેથી આવે છે જેને તમે ક્યારેક મિત્ર કહેતા હતા. જે ક્યારેક અમારી મેજ પર બેસતા હતા, જે અમારા સાથે હસતા હતા, જે ખુદને પરિવાર જણાવતા હતા, તે ગાયબ થઈ ગયા. તે મળવા પણ ન આવ્યા. તેમણે ફોન ન કર્યો. કેટલાકે તો પાની સારાઈને પોતાના લાભ માટે એક પ્રવેશ દ્વારના રૂપમાં ઉપયોગ કર્યો હતો. નાણાકીય ધોખા હતા, ચૂકવાયું ન હોય તેવું દેવું હતું, વાયદા જે ચૂપકીમાં બદલાઈ ગયા. જે લોકોની સાથે તે તેમના સૌથી ખરાબ મોસમમાં ઊભા રહ્યા હતા, તે અચાનક ભૂલી ગયા કે સંકટમાં તે કોણ હતા.

મારી નાજુક જવાનીના પડાવે મને થોડી ગુસ્સાવાળી બનાવી દીધી. મેં તે ક્રોધને એક ઢાલની જેમ ઢાળી. હું ન્યાય ઈચ્છતી હતી, હું ઈચ્છતી હતી કે સચ્ચાઈ સામે આવે, અને ઈચ્છતી હતી કે તે મહેસૂસ કરે જે અમે મહેસૂસ કર્યું. પણ પાએ ક્યારેય પણ તેમાંથી કોઈના વિશે એક કઠોર શબ્દ ન કહ્યું. એકવાર પણ નહીં. તેમની પ્રતિક્રિયા કંઈક એવી હતી જેને સમજવામાં મને વર્ષો લાગ્યા, "ઠીક છે. પૈસા ફરીથી કમાઈ શકાય છે. લોકો... તે આવતા-જતા રહે છે." આ કોઈ કમજોરી નહોતી. આ વિશ્વાસઘાતને પોતાના દિલને બદલવા ન દેવાની તાકાત હતી.

દુનિયાને આ જ વધુ જોવાની જરૂર છે. અમે એક એવી સંસ્કૃતિમાં રહીએ છીએ જે બદલાની ભાવના શીખવે છે, જે ટક્કરનું મહિમામંડન કરે છે, જે લોકોને ખોટા સાબિત કરવાનું જશ્ન મનાવે છે. પણ મારા પા અમને એક અલગ રસ્તો બતાવે છે, એક શાંત, વધુ ગરિમાપૂર્ણ રાહ. તેમણે અમને શીખવ્યું કે જ્યારે

લોકો તમારો વિશ્વાસ તોડે છે, તો તમારે પોતાના ચરિત્રને તોડવાની જરૂર નથી. શાંતિ, પ્રતિશોધ કરતાં વધુ શક્તિશાળી છે.

ધીમે-ધીમે, મેં તે તથાકથિત મિત્રો માટે જે કડવાશ ક્યારેક પાળી હતી, તેને જવા દેવાનું શીખ્યું. કારણ કે મને આ અહેસાસ થયો, તમે એક જ દિલમાં ક્રોધ અને ઉપચાર બંનેને નથી ઢાળી શકતા. એક હંમેશા બીજા માટે જગ્યા બનાવશે.

મારા પિતાની ચૂપકી હાર નહોતી, આ એક નિર્ણય હતો. તેમના પર પોતાની ઊર્જા બરબાદ ન કરવાનો નિર્ણય જે ખરેખર રહેવા માટે બન્યા નથી. જે હજી પણ મહત્વ રાખતું હતું તેમાં નિવેશ કરવાનો નિર્ણય, પરિવાર, સ્વાસ્થ્ય-લાભ અને આશા. આ પ્રકારની માફીને દુનિયા અવારનવાર પ્રશંસા નથી કરતી, પણ દુનિયાને તેની સખત જરૂર છે.

અમે એક એવા સમયમાં રહીએ છીએ જ્યારે વફાદારી પર વાતચીત કરી શકાય છે અને દયાળુતાને ભોળપણ સમજવામાં આવે છે. પણ જો દુનિયા પા અને મોટા પા પાસેથી માત્ર એક વસ્તુ શીખી શકે છે, તો તે આ હશે: સારા હોવું મૂર્ખ હોવું નથી. આનો મતલબ છે સુવિધાને બદલે વારંવાર ચરિત્રને પસંદ કરવું.

અમારા ઘરમાં કોઈ મહાન ભાષણ નહોતા. કોઈ લાંબા ઉપદેશ નહીં, કોઈ ગડગડાટવાળી ઘોષણાઓ નહીં. તેમ છતાં, પા અને મોટા પાની હાજરીમાં વિતાવેલો દરેક પળ એક જીવિત પાઠનો ભાગ હોવા જેવો હતો, એક એવો પાઠ જે શબ્દોમાં નહીં, પરંતુ અનુશાસન અને કરુણાના શાંત કાર્યોમાં શીખવવામાં આવતો હતો. તેમનું જીવન એક દૈનિક ક્લાસ બની ગયું જ્યાં ચૂપકી શિક્ષક હતી અને ઉદાહરણ પાઠ્યપુસ્તક.

દરરોજ સવારે, તે વહેલા ઉઠતા હતા. એટલે નહીં કે કોઈકે તેમને આવું કરવા માટે કહ્યું. એટલે નહીં કે દિવસના અંતે તાળીઓ રાહ જોઈ રહી હતી. પરંતુ એટલા માટે કે તે માનતા હતા કે જવાબદારી કોઈ કાર્ય નથી, આ એક ઓળખ છે. તેમના શરીર અવારનવાર દુખતા હતા, તેમના મન પર શાંત તણાવોનો બોજ હતો, પણ તે ચાલતા રહ્યા. તે માનતા હતા કે જ્યારે લોકો તમારા પર

નિર્ભર હોય છે, તો તમે પ્રેરણાની રાહ નથી જોતા, તમે ખુદ પ્રેરણા બની જાવ છો.

તે લોકોમાં કંઈક પવિત્રતા હોય છે જે તમને ક્યારેય બોજ જેવું મહેસૂસ નથી કરાવતા, ત્યારે પણ જ્યારે તમે જાણો છો કે તમે છો. આ તે પ્રકારની સુરક્ષા છે જેના માટે દુનિયા ભૂખી છે. અને બરાબર આ જ તેમણે અમને આપ્યું: પાછળ છૂટી જવાના ડર વિના, પડવાની ક્ષમતા.

દુનિયા અવારનવાર સફળતાને આનાથી માપે છે કે તમે કેટલા ઊંચા ઉઠો છો, તમે કેટલી દૂર જાવ છો, તમારું નામ કેટલું જોરથી બોલવામાં આવે છે. પણ તેમણે અમને સફળતાને અલગ રીતે માપવાનું શીખવ્યું, કે તમે કેટલી દયાળુતાથી જીવો છો, તમે કેટલી ઈમાનદારીથી સેવા કરો છો, અને તમે કેટલી શાલીનતાથી માફ કરો છો. તે પ્રસિદ્ધિ કે ભાગ્ય કરતાં ક્યાંય વધારે સ્થાયી મુદ્રા છે.

પા પાસે કડવા થવાનું દરેક કારણ હતું. મિત્રોએ ધોખો આપ્યો. જીવનએ તેમને એક અનુચિત હાથ આપ્યો. તેમનું શરીર, જે ક્યારેક મજબૂત હતું, દુર્ઘટનાથી કમજોર થઈ ગયું હતું. પણ એકવાર પણ નહીં, તેમણે દર્દને તેમને કઠોર ન બનવા દીધું. વાસ્તવમાં, મારું માનવું છે કે તેમની કરુણા વધુ પણ વધી ગઈ. તે નરમ, વધુ ધૈર્યવાન, વધુ સમજદાર થઈ ગયા. જ્યાં બીજા દીવાલો બનાવતા, તેમણે ગરમાહટનું નિર્માણ કર્યું. દુનિયા તેમની પાસેથી આ જ શીખી શકે છે: જે તમને તોડે છે, તે તમને નિર્દય ન બનવા દે. તે તમને વધુ માનવીય બનવા દે.

અને પછી આ છે, હાજરીની કલા. અવારનવાર, લોકો પ્રેમ વ્યક્ત કરવા કે મદદની રજૂઆત કરવા માટે યોગ્ય સમય, શબ્દો, આદર્શ સ્થિતિની રાહ જુએ છે. પણ પા અને મોટા પાએ ક્યારેય રાહ ન જોઈ. તે ત્યારે સામે આવ્યા જ્યારે હાલાત સારા નહતા, જ્યારે તેમને ખબર નહોતી કે શું કહેવું, જ્યારે તે ખુદ સંઘર્ષ કરી રહ્યા હતા. તે કંઈક એવું સમજતા હતા જે ખૂબ ઓછા લોકો સમજે છે: હાજરી, સલાહ કરતાં વધુ ઉપચાર કરે છે.

એવા દિવસો હતા જ્યારે ભોજન સીમિત હતું, જ્યારે બિલ ન સાંભળેલી પ્રાર્થનાઓની જેમ ઢગલાબંધ થઈ ગયા હતા, જ્યારે અમને નહોતું ખબર કે કાલે શું થશે. પરંતુ અમારા ઘરમાં હાસ્ય હતું. એટલે નહીં કે જીવન સહેલું હતું, પરંતુ એટલા માટે કે તેમણે અમારી ખુશીની રક્ષા કરી જેમ તે એક આગ હોય જેને તે બુઝાઈ જવા દેવાનો ઇનકાર કરતા હતા. અહીં સુધી કે એક વહેંચાયેલો કપ ચા, અહીં સુધી કે એક મોડી રાતની વાર્તા એક મુશ્કેલીથી ચાલતા પંખાની નીચે, તેમણે આને બધું જાદુઈ બનાવી દીધું. તેમનું માનવું હતું કે ખુશી ત્યારે નથી આવતી જ્યારે બધું જ યોગ્ય હોય. આ ત્યારે આવે છે જ્યારે તમે નક્કી કરો છો કે સાથે હોવું તે દરેક વસ્તુ કરતાં વધુ મહત્વપૂર્ણ છે જેને પૈસા ખરીદી શકે છે.

તેમણે અમને આ પણ બતાવ્યું કે એક એવી દુનિયામાં વિનમ્ર કેવી રીતે રહેવું જે સતત તમને કઠોર બનાવવાની કોશિશ કરી રહી છે. પોતાના મૂલ્યોને સ્થિર કેવી રીતે રાખવા, ત્યારે પણ જ્યારે તમારી આસપાસના લોકો પોતાના મૂલ્યો ખોઈ રહ્યા હોય. મને યાદ છે એકવાર મેં મોટા પાને પૂછ્યું હતું કે તેમણે તે વ્યક્તિનો સામનો કેમ ન કર્યો જેણે તેમનું અપમાન કર્યું હતું. તેમનો જવાબ સરળ હતો, પણ અવિસ્મરણીય: "હું તેમનો વ્યવહાર ઉધાર નથી લેવા માંગતો. હું મારો રાખવા માંગું છું."

કેટલો શક્તિશાળી વિચાર છે, કે આપણે પોતાની સામે આવતી ભૂલને પ્રતિબિંબિત કરવાની જરૂર નથી. આપણે સારું થવાનું પસંદ કરી શકીએ છીએ. આપણે મુક્ત થવાનું પસંદ કરી શકીએ છીએ.

તેમની ચુપકીદી પણ શિક્ષાપ્રદ હતી. જ્યારે બીજા દલીલ કરતા હતા, તો તે અટકી જતા હતા. જ્યારે તે દર્દમાં રહેતા હતા, તો તે ચૂપચાપ બેસતા હતા અને તેમ છતાં પહેલાં બીજાઓને ખાવામાં મદદ કરતા હતા. જ્યારે રૂમમાં તણાવ ભરાઈ જતો હતો, તો તે પોતાનો અવાજ ઊંચો કરવાને બદલે ધીમો કરી લેતા હતા. તે સંયમ, તે ઊંડો ભાવનાત્મક નિયંત્રણ, એક એવો પાઠ છે જે અમે આજની દુનિયામાં ભાગ્યે જ ક્યારેય જોઈએ છીએ, જ્યાં ચીસો પાડવું તાકાત સમજવામાં આવે છે, અને જોરદાર હોવું યોગ્ય હોવાની સાથે ભ્રમિત કરવામાં આવે છે.

સાચું કહું તો, તેમણે માત્ર એક ઘર ન બનાવ્યું. તેમણે એક સંસ્કૃતિનું નિર્માણ કર્યું, શાંતિ, સાહસ અને પ્રતિબદ્ધતાની સંસ્કૃતિ. તેમણે અમને શીખવ્યું કે ક્યારેક-ક્યારેક, પોતાના પ્રિયજનો માટે તમે જે સૌથી શક્તિશાળી વસ્તુ કરી શકો છો, તે છે બસ શાંત રહેવું. બધું કહેવું નહીં, બસ શાંત રહી પ્રેમ કરતાં રહેવું.

એટલે, હું અવારનવાર વિચારું છું કે કેટલા લોકો દુનિયામાં ખાલી, ખોવાયેલા, ગુસ્સામાં ફરી રહ્યા છે, તે જગ્યાઓ પર અર્થ શોધી રહ્યા છે જે તેને પ્રસ્તુત નથી કરી શકતી. અને હું તેમને કહેવા માંગુ છું: આવો, મારા પાની બાજુમાં બેસો. તેમને ખાતા પહેલાં આશીર્વાદ આપતા જુઓ. તેમને એક થાકેલા અજાણ્યા વ્યક્તિ પર હસતા જુઓ. જુઓ કે તે ફરિયાદ કર્યા વિના દર્દ કેવી રીતે સહન કરે છે, તે રાહ જોયા વિના કેવી રીતે આપે છે, તે વિના શરત કેવી રીતે પ્રેમ કરે છે.

અહીં સુધી કે પોતાના સૌથી કઠિન સમયમાં પણ, પા અને મોટા પાએ ક્યારેય પીડિતોની જેમ વાત ન કરી. જીવનએ તેમને તે રીતોથી ઘાયલ કર્યા હતા જેને ફક્ત તે જાણતા હતા, શારીરિક, આર્થિક, ભાવનાત્મક રૂપથી, અને તેમ છતાં તેમણે તે ઘાવોને તે રીતે પરિભાષિત ન કરવા દીધું જે રીતે તે ચાલતા હતા. આ જ તેમને અલગ બનાવતું હતું. જ્યાં બીજાઓએ દુર્ભાગ્ય જોયું, તેમણે ઠંડા થયા વિના મજબૂત બનવાની તક જોઈ.

દરરોજ સવારે, એ પહેલાં કે જીવનની અરાજકતા દરવાજા પર દસ્તક આપી શકે, તે અટકી જતા હતા, ભલે કંઈક સેકન્ડ માટે, ચૂપચાપ બેસવા માટે. મને લાગતું હતું કે આ માત્ર થાક છે. પણ હવે મને ખબર છે: આ આત્મસમર્પણ હતું. જીવનની સાથે જ એક શાંત વાતચીત. તેમણે આને ધ્યાન ન કહ્યું, પણ તેમની સ્થિરતામાં શાંતિ હતી, તે શાંતિ જે કહે છે, "આજે જે કંઈ પણ આવશે, હું તેનો સામનો શાલીનતાથી કરીશ."

તે માનતા હતા કે અનુશાસન તે વસ્તુ નથી જેને તમે દુનિયાને દેખાડો છો. આ તે વસ્તુ છે જે તમે પોતાને આપો છો. મોટા પાએ એક પણ દવા ક્યારેય નહોતી છોડી, અહીં સુધી કે તે દિવસોમાં પણ જ્યારે તેમનું શરીર હલવા માટે ખૂબ

દુખતું હતું. પાએ પોતાના દૈનિક અભ્યાસ કર્યા, કોઈની તાળીઓ માટે નહીં, પરંતુ પોતાની આત્મા પ્રત્યે કર્તવ્યના રૂપમાં. તેમણે ક્યારેય પણ તે વસ્તુને સ્થગિત ન કરી જેને કરવાની જરૂર હતી. તેમણે ફરીથી શરૂ કરવા માટે ક્યારેય પણ "યોગ્ય દિવસ"ની રાહ ન જોઈ. આ એક બીજો પાઠ છે જે દુનિયાને શીખવો જોઈએ: ઠીક થવા, ફરીથી બનાવવા, માફ કરવા માટે કોઈ યોગ્ય સમય નથી હોતો, ફક્ત આજ જ હોય છે.

મને યાદ છે એકવાર મેં પાને પૂછ્યું હતું, "જ્યારે બધું તૂટેલું મહેસૂસ થાય છે તો તમે આગળ કેવી રીતે વધો છો?" તે હસ્યા, એક થાકેલી પરંતુ સ્થિર સ્મિત સાથે કહ્યું, "કારણ કે તૂટેલી ઘડી પણ દિવસમાં બે વાર યોગ્ય સમય દેખાડે છે. એટલે રોકાવ નહીં. તું હજી પણ ઉપયોગી છે. તું હજી પણ યોગ્ય છે."

તેમના વિચારવામાં શું જાદુ હતો? તેમને દુનિયાથી આ જણાવવાની જરૂર નહોતી કે તે મહત્વ રાખે છે. તેમણે નક્કી કર્યું કે એ મહત્વ રાખે છે. અને અસલી તાકાત ત્યાંથી જ શરૂ થાય છે.

એક એવા સમાજમાં જે વ્યસ્તતાનું મહિમામંડન કરે છે, તેમણે સ્થિરતાનું સન્માન કર્યું. તે સમજતા હતા કે ચૂપકી ખાલીપણું નથી, આ તે જગ્યા છે જ્યાં જીવન શ્વાસ લે છે. તેમના વિરામોમાં, જે શાંત રીતે તે કપડાં વાળતા હતા, જે રીતે તે ખાતા પહેલાં દીવો સળગાવતા હતા, દુનિયા ધીમી થવાનું શીખી શકતી હતી. નાની, સાધારણ વસ્તુઓને પવિત્ર અનુષ્ઠાનોની જેમ કેવી રીતે માનવી. દુનિયા ભોજન, વાતચીત અને અહીં સુધી કે ભાવનાઓથી પણ ઝડપથી પસાર થાય છે. પણ તે એવી રીતે ચાલતા હતા જેમ સમય તેમનો મિત્ર હોય, દુશ્મન નહીં.

તે એવાં પ્રકારના પુરુષો હતા જે માનતા હતા કે જે ઠીક થઈ શકે છે તેને ઠીક કરવામાં આવે અને જે નથી કરી શકાતું તેને સ્વીકાર કરવામાં આવે. જ્યારે દબાણ વધારે હોતું હતું, તો તે તૂટતા નહોતા. તેમણે માત્ર પોતાની યોજનાઓને નહીં, પણ પોતાના દિમાગને સમાયોજિત કર્યું. તે એક સચ્ચાઇને સમજતા હતા જેને ઘણા લોકો અવગણી દે છે: જીવન હંમેશા સહેલું નહીં હોય, પણ તમે હંમેશા મજબૂત થઈ શકો છો.

એક બીજી વસ્તુ છે જે દુનિયાને તેમના પાસેથી શીખવી જોઈએ, સંતોષ. જે તમારી પાસે છે તેના પર હસવું, ત્યારે પણ જ્યારે તે તેના કરતાં ઓછું હોય જે ક્યારેક હતું. પાએ ક્યારેય અમીર લોકોથી ઈર્ષ્યા ન કરી. તેમણે ક્યારેય પણ તે લોકો વિશે ખરાબ ન કહ્યું જેમની પાસે વધુ હતું. તેમનું દિલ ક્યારેય પણ હેસિયત માટે ભૂખ્યું નહોતું, ફક્ત સ્થિરતા, સુરક્ષા અને શાંતિ માટે. અને મોટા પા? તેમણે ક્યારેય ફરિયાદ ન કરી જ્યારે બીજા આરામ કરતા હતા જ્યારે તે કામ કરતા હતા. તે બસ આગળ વધતા રહ્યા, કારણ કે પરિવારને તેમની જરૂર હતી.

જો તમે ખરેખર તેમને જુઓ છો, તો તમે જોશો કે ભાવનાત્મક બુદ્ધિમત્તા ચાલાક શબ્દો બોલવા વિશે નથી. આ જાણવા વિશે છે કે ક્યારે ચૂપકી પૂરતી છે. ક્યારે માફ કરવું છે. આ જાણવા વિશે છે કે ક્યારે રહેવું છે, ત્યારે પણ જ્યારે દૂર જવું સહેલું મહેસૂસ થાય છે. આ પાઠ પુસ્તકોમાં નથી લખાતા, શાળાઓમાં નથી ભણાવવામાં આવતા, આ દર્દથી પેદા થાય છે, ધૈર્યથી પોલિશ કરવામાં આવે છે, અને હાજરીમાં સાબિત થાય છે.

તેમણે માત્ર જીવન ન જીવ્યું, તેમણે તેને અર્થ આપ્યો. ન ફક્ત પોતાના માટે, પણ અમારા બધા માટે. તેમણે અમને યાદ અપાવ્યું કે તાકાત આ નથી કે તમારા હાથ કેટલા કઠોર છે, પરંતુ આ છે કે આહત થયા પછી પણ તમારું દિલ કેટલું નરમ રહે છે. કે વિશ્વાસ ચમત્કારો માટે પ્રાર્થના કરવા વિશે નથી, પરંતુ ત્યારે પણ ચાલુ રાખવા વિશે છે જ્યારે ચમત્કાર નથી આવતા.

હું જેટલી મોટી થાઉં છું, એટલી જ સમજું છું, અમને નિર્દેશોથી નથી ઉછેરવામાં આવ્યા. અમને ઉદાહરણોથી ઉછેરવામાં આવ્યા. કોઈ વ્યાખ્યાન નહોતા, દયાળુતા પર કોઈ પાઠ્યપુસ્તક નહોતી. બસ બે પુરુષો હતા જેમણે પોતાના મૂલ્યોને એટલી ઈમાનદારીથી જીવ્યા કે તે અમારા જીવનનો માળખું બની ગયા.

તેમણે માત્ર અમારા પર પ્રેમ ન કર્યો, તેમણે અમને ઢાળ્યા. એકવાર કે બે વાર નહીં, પરંતુ દર એક દિવસે, ત્યારે પણ જ્યારે તેમની પોતાની પીઠ દુખતી હતી અને તેમના દિલ ભારે હતા. તેમણે અમને શીખવ્યું કે સાચો પ્રભાવ સાર્વજનિક

રૂપે બોલાયેલા શબ્દો વિશે નથી, પરંતુ વ્યક્તિગત રીતે પુનરાવર્તિત કરાયેલા કાર્યો વિશે છે.

હું અવારનવાર વિચારું છું કે બાળકો જે જુએ છે તેની નકલ કેવી રીતે કરે છે. મારા જાણતા મોટાભાગના બાળકો પોતાના મનપસંદ સુપરહીરોની નકલ કરતા હતા. અમે પા અને મોટા પાની નકલ કરી. તેમના હાવભાવ અમારા બની ગયા, જે રીતે તે પહેલાં કોઈ અન્યને ભોજનનો પહેલો કોળિયો આપતા હતા, જે રીતે તે ક્યારેય પાણી બરબાદ નહોતા કરતા, જે રીતે તે નાની સરખી દયાળુતા માટે પણ "આભાર" કહેતા હતા. આ એક એવી સ્કૂલની અંદર રહેવા જેવું હતું જ્યાં દરેક ક્રિયા એક પાઠ હતી, અને દરેક ચૂપકીદી એક શિક્ષણ હતી.

અને મને અહેસાસ થયો છે, દુનિયા બરાબર આના માટે ભૂખી છે. અમારી પાસે અંતહીન પ્રેરક ભાષણ છે, સ્વયં-સહાયતા પુસ્તકો છે, એવા વીડિયો છે જે દસ ચરણોમાં તમારા જીવનને બદલવાનો વાયદો કરે છે. પણ તેમાંથી કોઈ પણ પા અને મોટા પા જેવા લોકોની શાંત સંગતની તુલના નથી કરી શકતું.

"એક સારું દિલ શાંત હોઈ શકે છે, પણ આ દરેક તે જીવનમાં ગુંજે છે જેને આ સ્પર્શે છે."

તેમની ચૂપકીદી ખાલીપણું નહોતી, આ ગહેરાઈ હતી. આ કમજોરી નહોતી, આ જ્ઞાન હતું. અને તે ચૂપકી આજે પણ મારાથી વાત કરે છે.

તેમણે ક્યારેય શબ્દોથી તાકાતને પરિભાષિત ન કરી. તેમણે તાકાતને ખુદને તેમના માધ્યમથી પરિભાષિત કરવા દીધી. આ માંસપેશીઓ કે પ્રભુત્વ વિશે નહોતું. આ તેમના શરીરના થાકેલા હોવા પર જલ્દી ઉઠવા વિશે હતું. આશા કર્યા વિના આપવા વિશે હતું. ત્યારે પણ હસવા વિશે હતું જ્યારે તેમની દુનિયા અંદરથી તૂટી રહી હતી.

એક એવા સમયમાં જ્યારે સફળતાને પ્રસિદ્ધિ અને ભાગ્યથી માપવામાં આવે છે, તે એક અલગ કંપાસથી જીવતા હતા. કેટલાક લોકો ઓળખનો પીછો કરે છે, તેમણે અર્થનો પીછો કર્યો. કેટલાક લોકો વસ્તુઓ ભેગી કરે છે, તેમણે લોકોને ભેગા કર્યા. તેમનું મૂલ્ય તેમાં નહોતું જે તેમની પાસે હતું. તે તેમાં હતું જે

તેમણે આપ્યું. અને ત્યારે પણ જ્યારે તેમના હાથ ખાલી હતા, તેમના દિલ ભરેલા રહ્યા.

જ્યારે જીવનએ તેમને ઓછું આપ્યું, તો તેમણે પૂરતું બનાવ્યું. વહેંચવા માટે પૂરતું ભોજન. સૂવા માટે પૂરતી શાંતિ. જીવિત રહેવા માટે પૂરતો વિશ્વાસ. તેમને જોઈને, મેં શીખ્યું કે શાંતિ વિપુલતામાં નહીં, પરંતુ કૃતજ્ઞતામાં મળી આવે છે.

"શાંત સંગત ખાલી વાયદાઓ કરતાં વધુ જોરદાર હોય છે."

તેમની સંગતએ અમારા ઘરનું નિર્માણ કર્યું. તેણે અમારા સાહસનું નિર્માણ કર્યું. તેણે અમારી વાર્તાનું નિર્માણ કર્યું. અને હવે, તે દુનિયા માટે એક પાઠના રૂપમાં ઊભું છે.

જો તમે આને એવા દિલથી વાંચી રહ્યા છો જે થાકેલું કે ઉપયોગમાં લેવાયેલું મહેસૂસ કરે છે, તો હું તમને યાદ અપાવવા માંગુ છું, તમારું મૂલ્ય આનાથી નક્કી નથી થતું કે કોણ રહે છે. આનાથી પ્રગટ થાય છે કે જ્યારે બીજા દૂર જતા રહે છે તો તમે કેવી રીતે ઉઠો છો. દુનિયા હંમેશા તમારા પ્રેમને પાછો નથી આપી શકતી. પણ આ તમારા પ્રેમને ઓછો યોગ્ય નથી બનાવતી.

"જ્યારે લોકો તમને પોતાની ગેરહાજરી દેખાડે છે, તો તેને તમારી હાજરી શીખવવા દો."

પા અને મોટા પા આ સચ્ચાઈને કહ્યા વિના જીવતા હતા. તેમણે ક્યારેય કોઈને પોતાના જીવનમાં રહેવા માટે મજબૂર ન કર્યા. તેમણે ક્યારેય વફાદારીની ભીખ ન માંગી કે દૂર ચાલ્યા જનારાઓનો પીછો ન કર્યો. તેના બદલે, તેમણે પોતાનો પ્રેમ તેમાં રેડી દીધો જેણે રહેવાનો નિર્ણય કર્યો. આ કંઈક એવું છે જેને દુનિયાને શીખવાની સખત જરૂર છે: દરેક કોઈ તમારા સાથે યાત્રા પૂરી કરવા માટે નથી બન્યું, પણ જે કરે છે, તે જ તે લોકો છે જેમના આસપાસ પોતાનું જીવન બનાવવા લાયક છે.

તમારું નરમપણું કોઈ દોષ નથી. આ એક એવી દુનિયાની વિરુદ્ધ તમારો શાંત વિદ્રોહ છે જે ખૂબ સહેલાઈથી કઠોર થઈ જાય છે. પાએ અમને બતાવ્યું કે

આક્રમકતા કરતાં વધુ તાકાત વિનમ્રતામાં છે. મોટા પાએ સાબિત કર્યું કે ધૈર્ય તે પહાડોને હલાવી શકે છે જેને ક્રોધ ક્યારેય નહીં હલાવશે. તેમણે અમને બંનેએ યાદ અપાવ્યું કે દયાળુતા કમજોરી નથી, આ એક એવી તાકાત છે જે વિશ્વાસઘાત, નિરાશા અને અહીં સુધી કે નુકસાનથી પણ વધુ સમય સુધી જીવિત રહે છે.

સારા અને દયાળુ બનેલા રહો. દુનિયા હજી તમને નજરઅંદાજ કરી શકે છે, પણ તમારા જેવી આત્માઓ એવી વિરાસત બનાવે છે જેને સમય પણ મિટાવી નથી શકતો. ઇતિહાસના સાચા નિર્માતા હંમેશા તે નથી હોતા જેમની પાસે મૂર્તિઓ કે હેડલાઇન્સ હોય છે. ક્યારેક-ક્યારેક, તે તે પુરુષો હોય છે જે મહિનાઓ સુધી એક બીમાર ભાઈના પલંગ પાસે ચૂપચાપ બેસે છે, અથવા તે મહિલાઓ જે આશાને જીવિત રાખવા માટે પોતાના દર્દ છતાં ભોજન બનાવે છે.

અને જો તમે તે ચિંગારી, તે આગળ વધવાના કારણની શોધ કરી રહ્યા છો, તો આકાશમાં ન શોધો. પોતાની આસપાસ જુઓ. તે લોકોને જુઓ જેને તમે પ્રેમ કરો છો. તે વ્યક્તિને જુઓ જે તમે બની રહ્યા છો. તમારો ઉદ્દેશ ફિનિશ લાઇન પર રાહ જોઈ રહેલો એક પુરસ્કાર નથી. આ એક વિકલ્પ છે જેને તમે દરરોજ કરો છો, સામે આવવાનો, ફરીથી કોશિશ કરવાનો, પોતાના દિલને પ્રસ્તુત કરવાનો ત્યારે પણ જ્યારે તે ઘાયલ હોય.

"ફરીથી શરૂઆત કરો. એટલે નહીં કે તમે નિષ્ફળ થયા, પરંતુ એટલા માટે કે તમે આગળ વધ્યા છો."

પા અને મોટા પાએ ક્યારેય ટ્રોફીનો પીછો ન કર્યો. તેમને ક્યારેય દુનિયાની તાળીઓની જરૂર ન પડી. તેમણે જે બનાવ્યું તે ક્યાંય વધારે મહાન હતું: તે એવા લોકો બની ગયા જેના પર બીજા ભરોસો કરી શકે. તે સૌથી મોટી સફળતા છે, કોઈ એવો વ્યક્તિ હોવો જેની હાજરી શાંતિ લાવે, જેની તાકાત શાંત હોય, અને જેનો પ્રેમ તોફાન કરતાં વધુ સમય સુધી ટકે.

તો જો તમે દુઃખ, ક્રોધ, વિશ્વાસઘાતને થામી રહ્યા છો, તમારે તેને રાખવાની જરૂર નથી. તેને જવા દો, તેમના માટે નહીં, પરંતુ તમારા માટે. પોતાને તે વાર્તાથી મુક્ત કરો જેણે તમને ચોટ પહોંચાડી, અને એક એવી વાર્તા લખો જે તમને ઠીક કરે.

તમે પાછળ નથી, તમે બની રહ્યા છો. અને દર વખતે જ્યારે તમે બદલા પર પ્રેમ, અરાજકતા પર શાંતિ, ક્રોધ પર માફી પસંદ કરો છો, તમે તે લોકોની જેમ વધુ બની જાવ છો જેમને દુનિયા જશ્ન મનાવવાનું ભૂલી જાય છે પરંતુ જેમની તેને સખત જરૂર છે. અને કદાચ, આ જ સૌથી મોટો પાઠ છે: મહાનતા દુનિયા દ્વારા યાદ કરાવામાં નથી, આ તે લોકો દ્વારા યાદ કરાવામાં છે જે તમારી મેજ પર બેસે છે, જે તમારું નામ ઢોળે છે, જે આગલી પેઢીના કાનમાં તમારા મૂલ્યોને ધીમેથી કહે છે.

જ્યારે હું આજે પા અને મોટા પાને જોઉં છું, તો હું માત્ર બે પુરુષોને નથી જોતી જેમણે પોતાના પરિવારને ઢોળ્યા. હું બે શિક્ષકોને જોઉં છું જેના વિશે દુનિયા ક્યારેય નહોતી જાણતી કે તેની પાસે છે. ધૈર્યના શિક્ષક, બલિદાનના, શાંત તાકાતના. તેમની ક્લાસ અમારું ઘર હતી. તેમના પાઠ જીવાયા, બોલાયા નહીં. અને તેમના વિધાર્થીઓ, અમે, તેમનો અભ્યાસક્રમ હંમેશા માટે પોતાના દિલમાં રાખીએ છીએ.

જો દુનિયા ક્યારેય મને પૂછે કે સાચી સફળતા કેવી દેખાય છે, તો હું ધન, કે શક્તિ, કે પ્રસિદ્ધિ તરફ ઈશારો નહીં કરું. હું બે ભાઈઓ તરફ ઈશારો કરીશ જેમણે વારંવાર એકબીજાને પસંદ કર્યા, ત્યારે પણ જ્યારે જીવનએ તેમને દૂર જવાનું દરેક કારણ આપ્યું.

અને એક દિવસ, જ્યારે મારાથી પૂછવામાં આવશે કે દુનિયા તેમના પાસેથી શું શીખી શકે છે, તો હું આ કહીશ: "દુનિયાને લબાડ નાયકોની જરૂર નથી. તેને એવા ભાઈઓની જરૂર છે જે તોફાનમાં એકબીજાનો હાથ થામે. તેને વધુ પરિવારોની જરૂર છે જે અહંકાર પર પ્રેમને પસંદ કરે. તેને વધુ લોકોની જરૂર છે જે માને છે કે સારું હોવું જ પૂરતું છે. કારણ કે ભલાઈ, જ્યારે લાંબા સમય

સુધી અભ્યાસ કરવામાં આવે છે, તો એક એવી વિરાસત બની જાય છે જેને સમય પણ મિટાવી નથી શકતો."

આની સાથે જ, હું આ પ્રકરણને બંધ કરું છું, આ જાણતા કે આ માત્ર મારા પા અને મોટા પા વિશે એક વાર્તા નથી. આ દુનિયા સામે મૂકવામાં આવેલો એક દર્પણ છે. એ દર્પણ જે ધીમેથી કહે છે: તમે આવા હોઈ શકો છો, જો તમે પ્રેમને તેમ જ પસંદ કરો જેમ તેમણે પસંદ કર્યો.

***

પ્રકરણ ૮. આપણા ભીતરની આગ

દૃઢતા અને આશાની વાર્તા

"જ્યારે દુનિયા કોઈ મજબૂત વ્યક્તિ ને જુએ છે, તો માની લે છે કે તે જન્મથી જ આવો હતો. પણ અસલી તાકાત ચૂપકીમાં વણાયેલી હોય છે, દર્દ, બીમારી, ત્યાગ અને તે આગથી જે આપણને હારવા નથી દેતી."

જીવનમાં બે પ્રકારની લડાઈઓ હોય છે, એક તે જે દુનિયા જુએ છે, અને બીજી તે જે આપણે દરરોજ ચૂપચાપ લડીએ છીએ, જ્યારે કોઈ આસપાસ નથી હોતું.

મારા દાદા-દાદી... બંનેને ડાયાબિટીસ હતું. દવાઓ, ડાયેટ, દરરોજની સીમાઓ, બધું તેમણે શાંતિથી સહન કર્યું. પણ મેં તેમને ક્યારેય ફરિયાદ કરતા નથી જોયા. મને બસ એટલું યાદ છે કે છેલ્લો મીઠાઈનો ટુકડો પણ તે અમને જ આપતા હતા, જ્યારે તેમનું શરીર તેને સહન પણ નહોતું કરી શકતું. આ જ હોય છે ચૂપચાપ કરાયેલો ત્યાગ. અને મારા પપ્પા? તે દરરોજ કોઈકને કોઈક દર્દ સાથે જીવતા હતા. ક્યારેક શરીર દુખતું, ક્યારેક મન, અને ક્યારેક એવું દર્દ જેને કોઈ જોઈ પણ નહોતું શકતું. પણ તેમણે ક્યારેય દેખાવા ન દીધું. બસ હળવું-હસતા અને આગળ વધી જતા. જાણે દર્દને તેમનાથી પરવાનગી જ નહોતી.

મારી માએ તો બધું જ કુરબાન કરી દીધું, પોતાની યુવાની, પોતાના સપના, પોતાની તંદુરસ્તી. તે અમારા બધા માટે જીવતી રહી. અને બદલામાં ક્યારેય કંઈ માંગ્યું નહીં. તેમની ખામોશી જ તેમનો રાજસી સ્વભાવ હતો, તેમનું ધૈર્ય જ તેમની તાકાત. અને મોટી મા... તેમણે પોતાની જ દુનિયાની જંગ લડી. ગર્ભધારણનો સંઘર્ષ, પછી બ્રેસ્ટ કેન્સર, અને બાદમાં બ્લડ પ્રેશર અને ડાયાબિટીસ. પણ તેમને પૂછો, "કેમ છો?" તો હંમેશા કહેતાં, "હું ઠીક છું."

તેમણે ક્યારેય પોતાના દર્દને પોતાની સ્મિત ફીકી ન થવા દીધી, આ જ તેમની કિસ્મતના વિરુદ્ધ બળવો હતો.

મોટાપા... અમારા પૂરા પરિવારની કરોડરજ્જુ. તણાવ વધતો તો તેમનું રક્તચાપ વધી જતું. પણ તેમણે ક્યારેય પાછળ ડગલું ન ભર્યું. હાથ ધ્રૂજતા હતા, પણ અમને સંભાળતા હતા. દિલ દુખતું હતું, પણ અમારા બધા માટે મજબૂતીથી ઊભા રહેતા.

ઘરના દરેક વ્યક્તિની પોતાની-પોતાની લડાઈ હતી, તેમ છતાં અમે ક્યારેય તૂટ્યા નહીં. કારણ કે જ્યારે એક ઝૂકતો હતો, બાકીના તેને થામી લેતા હતા. આ જ સાચો પરિવાર હોય છે, પરફેક્ટ લોકો નહીં, પરંતુ તે લોકો જે દરેક હાલમાં એકબીજાને પસંદ કરે છે.

"પરિવારની તાકાત તસવીરોવાળી સ્મિતોથી નથી માપવામાં આવતી. તે આંસુઓથી માપવામાં આવે છે જેને ચૂપચાપ લૂછવામાં આવ્યા હોય, તે હાથોથી જેને કોઈ નથી જોતું પણ તે સંભાળતા રહે છે."

લોકો પૂછે છે, "અમે એ આગ કેવી રીતે મેળવીએ? એ તાકાત કેવી રીતે આવે?"

તેનો જવાબ પુસ્તકોમાં નહીં, ભાષણોમાં નહીં. તે છુપાયેલો છે નાની-નાની આદતોમાં. તે નિર્ણયોમાં જે તમે ત્યારે લો છો જ્યારે કોઈ તમારી તારીફ નથી કરી રહ્યું હોતું. જ્યારે તમે થાકેલા છો પણ તેમ છતાં બાળકો માટે ભોજન બનાવો છો. માથાનો દુખાવો હોવા છતાં ઓફિસ જાઓ છો જેથી ઘર ચાલે. જ્યારે અંદરથી તૂટેલા હોવ છો પણ તેમ છતાં હસો છો. આ જ છે આગ.

આગ કેવી રીતે સળગાવવી?

૧. પોતાનાથી મોટું કારણ શોધો: જો માત્ર પોતાના માટે જીવી રહ્યા હો, તો મુશ્કેલીઓ આવતા જ હિંમત તૂટી જશે. પણ જ્યારે મા ની સ્મિત, બાળકનું ભવિષ્ય, કે પિતાની શાંતિ તમારું કારણ બની જાય, તો આગ અટકતી નથી.

૨. યોગ્ય સમયની રાહ જોવાનું બંધ કરો: દર્દ હંમેશા રહેશે. હાલાત ક્યારેય પરફેક્ટ નહીં હોય. હમણાં શરૂ કરો. પહેલી ચિંગારી ત્યારે જ ઊઠે છે જ્યારે તમે ડર, શંકા અને ધ્રૂજતા હાથોની સાથે પહેલું પગલું ભરો છો.

૩. રૂટિન નહીં, રસમો બનાવો: રૂટિન કંટાળો કરે છે. રસમો અર્થથી ભરેલી હોય છે. કામ પર નીકળતા પહેલાં નાની પ્રાર્થના. સાંજે કોઈ પ્રિય વ્યક્તિ સાથે કૉફી. કામોને પ્રેમમાં બદલો.

૪. પરિણામોથી નહીં, મહેનતથી પ્રેમ કરો: કેટલીકવાર તમારી મહેનત દેખાશે પણ નહીં. તેમ છતાં કરો. કારણ કે જ્યારે પ્રેમ હોય ત્યારે પરિણામો મહત્વ નથી રાખતા.

"કેટલીકવાર આગ અંદરથી ગર્જના નથી કરતી... બસ ધીમા અવાજમાં કહે છે, 'કાલે ફરી કોશિશ કરજો.' અને તે જ અવાજ પૂરતો હોય છે."

કેટલીય રાતો હતી જ્યારે અમને સમજાતું નહોતું કે આવતીકાલ કેવી રીતે પસાર થશે. દવાઓ મોંઘી હતી. ભોજન વહેંચવું પડતું હતું. આશા અમારે ખુદ બનાવવી પડતી હતી.પણ પછી કોઈ મજાક કરતું. કોઈ કહેતું, "આજે રાતે મૂવી જોઈએ." અને બસ તે જ ક્ષણ, એક નાની-સી સ્મિત, આખા અઠવાડિયાની ચિંગારી બની જતી.

ચિંગારી બહારથી નથી આવતી. તે ભીતરથી ઊઠે છે, જ્યારે તમે કડવાશ નહીં, પ્રેમ પસંદ કરો છો. બહાના નહીં, કોશિશ પસંદ કરો છો. જ્યારે તમે ચાલતા રહો છો, ત્યારે પણ જો કોઈ તાળી નથી વગાડી રહ્યું.

"૫ મિનિટની કસરત" નિયમ

- ૧ મિનિટ, ઊંડો શ્વાસ લઈને નવા દિવસને ભીતર લો.
- ૧ મિનિટ, તમારા ત્રણ આભાર બોલો.
- ૧ મિનિટ, થોડું શરીર હલાવો, સ્ટ્રેચ જ ભલે.
- ૧ મિનિટ, જોરથી કહો, "હું આજે હાર નહીં માનું."
- ૧ મિનિટ, કોઈના માટે એક નાનું-સરખું કામ કરો.

બસ પાંચ મિનિટ...

“જિંદગી બદલવા માટે તમને સો ડગલાં નથી જોઈતા. ક્યારેક-ક્યારેક પાંચ જ પૂરતા હોય છે, જો તે પ્રેમથી કરવામાં આવે.”

અમારામાં કોઈ પરફેક્ટ નહોતું, પણ બધા હાજર હતા. આ જ અમને જીવંત રાખતું હતું.

“તાકાત દર્દ ન હોવાથી નથી આવતી, પણ દર્દની વચ્ચે પણ ઉદ્દેશને પકડી રાખવાથી આવે છે.”

લોકો કહે છે, “હું ફસાયેલો છું. મારું કોઈ મોટું લક્ષ્ય નથી. હું ની સાથે કેવી રીતે જીવું?”

સચ્ચાઈ?

તમને મોટું સપનું નથી જોઈતું.
તમને નાના-નાના ઉદ્દેશો જોઈએ, જેને દિલથી જીવવામાં આવે.

કોશિશ કરો:

- કોઈને દરરોજ હસાવો.
- માતા-પિતાની મદદ કરો, કહ્યા વિના.
- દરરોજ કંઈક નવું શીખો.
- ભલે જીતી શકો છો, તેમ છતાં ઝઘડો ન કરો.
- કોઈને ફોન કરો જે તમને યાદ કરતું હોય.

આ નાના કામ નથી... આ ચિંગારીઓ છે. અને ચિંગારીઓ જ આગ બને છે.

એક સાંજે મેં પપ્પાને ચૂપ બેઠેલા જોયા. શરીર થાકેલું હતું. કેટલાક દિવસોની મહેનતએ તોડી દીધા હતા. મેં પૂછ્યું, “પા, ક્યારેય થાકતા નથી થકાવટથી?” તેમણે હસીને કહ્યું, “મારી પાસે થાકવાનો વિકલ્પ નથી. હું પડી ગયો... તો તમારા માટે કોણ ઊભું થશે?” આ જ હતી તેમની આગ.

"અસલી યોદ્ધા તાકાત નથી પસંદ કરતા... તેમને તાકાત પસંદ કરે છે, તે લોકોથી જે તેમના પર નિર્ભર હોય છે."

"3-C નિયમ", એક અઠવાડિયું અજમાવીને જુઓ

૧. Clarity (સ્પષ્ટતા): સવારે ખુદને પૂછો, "આજ રાત મને કઈ વાત પર ગર્વ થયો?"

૨. Courage (સાહસ): રોજ એક એવું કામ કરો જે ડરાવતું હોય, કઠિન કૉલ, પોતાના માટે બોલવું, નવું કામ.

૩. Compassion (દયા): ખુદથી અને બીજાઓથી નરમાઈ રાખો, ઓછું બોલો, વધુ સાંભળો, ઓછું જજ કરો.

ડાયરી લખો. તમારા દિવસોને જુઓ. તમને મહેસૂસ થશે કે તમારી રુહ ધીમે-ધીમે જીવવા લાગી છે.

"તમે હંમેશા બહાદુર મહેસૂસ નહીં કરો, પર તમે હંમેશા કોમળ રહેવાનું પસંદ કરી શકો છો, પોતાના દર્દ સાથે, પોતાના રસ્તા સાથે."

અમારી પાસે રજાઓ નહોતી, ન મોંઘા શોખ.

અમારી પાસે બસ, એકબીજા હતા. અને એ જ પૂરતું હતું.

ક્યારેક અમારી હિંમત ડિનર કરતા હાસ્યથી આવતી. ક્યારેક બાલ્કનીમાં ચૂપચાપ બેસવાથી.

ક્યારેક દાદા-દાદીની ધ્રૂજતી આંગળીઓથી ચા પીતા આવતી, પણ તેમની આંખોમાં શાંતિ હતી.

આજે પણ જ્યારે હું ખોવાઈ જાઉં છું, હું સફળતા વિશે નથી વિચારતી.

હું તે પળોને યાદ કરું છું. એ જ હિંમતે મને બનાવી છે.

"સૂરજનો પીછો કરવાની જરૂર નથી. ક્યારેક-ક્યારેક શાંત રૂમમાં મીણબત્તીની રોશની પણ તમને તમારો ઉજાસ યાદ કરાવી દે છે."

કેટલાક દિવસો એવા આવે છે જ્યારે આગ રાખ જેવી લાગે છે.

જ્યારે કંઈ સમજ નથી આવતું. જ્યારે શરીર ભારે લાગે છે.

જ્યારે આગળ વધવાનો વિચાર પણ થકવી દે છે. આગ બુઝાતી નથી, બસ ક્યાંક છુપાઈ જાય છે.

તે દિવસો...તમને ગર્જના કરવાની જરૂર નથી.

બસ શ્વાસ લો. આરામ કરો.

એક કલાક કોઈક રીતે પસાર કરી લો.

પછી, એક સારું કામ કરી લો.કોઈને ફોન કરી લો.

જરૂર હોય તો રડી લો. બસ આટલું પૂરતું છે તમારી અંદરની હિંમતને જીવંત રાખવા માટે.

"તમારા ભીતરની આગ બીજાઓને દેખાડવા માટે નથી, તમને ગરમ રાખવા માટે છે."

દર્દ તે શીખવે છે જે આરામ નથી શીખવી શકતો.

તે શીખવે છે કે લોકોને સપાટીથી પરે કેવી રીતે જોવા.

કેવી રીતે વિના શરત પ્રેમ કરવો, જ્યારે કોઈ ન સુંદર રહે, ન મજબૂત, ન ઉપયોગી.

કેવી રીતે ચાલવાનું ચાલુ રાખવું, ન કે ડર ન હોવાનથી, કારણ કે કોઈને તમારી હિંમતની જરૂર હોય છે.

મારા પપ્પાએ મને ક્યારેય લડવાનું નથી શીખવ્યું, બસ દેખાડ્યું કે લડવું કેવું દેખાય છે.

મોટા પાએ નેતૃત્વ પર ભાષણ નથી આપ્યું, બસ નવ લોકોના પરિવારને મહામારી, પેરાલિસિસ, કેન્સર અને ગરીબીમાં સંભાળી લીધા... વિના અવાજ ઊંચો કર્યા.

"કેટલાક પાઠ શબ્દોથી નથી આવતા, આવે છે તે લોકોને જોઈને, જે દરરોજ ખુદને ભૂલીને બીજાઓને પસંદ કરે છે."

દરેક ખોવાયેલી વસ્તુ, ભલે સ્વાસ્થ્ય, આશા કે ખુશી, એક ખાલી જગ્યા બનાવે છે. પણ ખાલીપણું પણ એક અવસર છે.

તે જગ્યાને ભરો:

- નવી આદતથી
- એક ચિઠ્ઠીથી
- પોતાના ભીતરના બાળકથી
- એક પ્રાર્થનાથી, ભલે વિશ્વાસ ન હોય, પણ મહેસૂસ કરવા માટે

અમારા પરિવારમાં પણ નુકસાન પર નુકસાન આવ્યા, સ્વાસ્થ્ય, પૈસા, આઝાદી. પણ દરેક નુકસાનની સાથે અમે કંઈક જોડ્યું:

- સાથે વધારે સમય
- ચા પર વધારે વાર્તાઓ
- જે બચ્યું હતું તેની કદર વધુ કરી

આ જ છે હિમત, જે છીનવાઈ જવાથી નહીં, પણ જોડવાથી વધે છે.

"દરેક નુકસાન બે વિકલ્પ આપે છે, મીણબત્તી સળગાવો કે અંધારાને કોસો. બધી વાર મીણબત્તી જ સળગાવો, ભલે હાથ ધ્રૂજે."

જિંદગીમાં હંમેશા પાંખોવાળા ફરિશ્તા નથી મળતા.

ક્યારેક તે બસોમાં મળે છે. ક્યારેક હોસ્પિટલની લાઇનમાં.

ક્યારેક એવા ઘરોમાં જ્યાં દરેક વ્યક્તિ થાકેલો છે, પર તેમ છતાં એકબીજા માટે લડી રહ્યો છે.

એકવાર હું મેડિકલ સ્ટોર પર હતી. પા અને મોટી માની દવાઓ લઈ રહી હતી.

હાથ દવાઓથી નહીં, બિલોથી ધ્રૂજી રહ્યા હતા. ડર, જવાબદારી, બધું ભારે હતું.

ત્યારે એક અજાણી વ્યક્તિએ પૂછ્યું, "બેટા, ઠીક છો?"

મેં માથું હલાવ્યું, પણ તેણે મારા અંદરનો બોજ જોઈ લીધો.

તેણે ધીમેથી કહ્યું, "ક્યારેક-ક્યારેક ઈશ્વર સૌથી મુલાયમ દિલવાળાઓને સૌથી કઠિન રસ્તા આપે છે. કઠોર ન બનતા. બસ વધારે ચમકજો."

જો તમે આ વાંચી રહ્યા છો અને ખોવાયેલા છો, તો આ પ્રકરણ તમારો હાથ પકડી લે.

તમને ગર્જના કરવાની જરૂર નથી. તમને જીતવાની જરૂર નથી.

તમને ચમકવાની જરૂર નથી. બસ હિંમતને જીવંત રાખો, જો આજે તે ફક્ત એક ચિંગારી જ કેમ ન હોય.

કારણ કે એક દિવસ, અજાણતામાં, એ જ ચિંગારી ઊઠશે. દિલ ફરીથી ખુલશે. અને તમને અહેસાસ થશે કે દરેક ચૂપ લડાઈ, દરેક ઠોકર, દરેક રાતની રુદન...તમને માત્ર બચાવી નથી રહી હતી, બદલી રહી હતી. અને તે દિવસે તમે પણ ધીમેથી કહેશો, એ જ સત્ય જે મારા પરિવારે દરરોજ જીવ્યું:

"હું હજી પણ અહીં છું. હું હજી પણ કોશિશ કરી રહ્યો છું. અને આટલું પૂરતું છે... મારી દુનિયાને ફરીથી સળગાવવા માટે."

***

પ્રકરણ ૯. બાળપણમાં યુવાનીની સમજ

"કેટલાક બાળકોને ઢોળવા માટે રમકડાં આપવામાં આવે છે, બીજાને જવાબદારીઓ. કેટલાકને ફુગ્ગાઓ સોંપવામાં આવે છે, બીજાને બોજ. પણ આ ભારમાં પણ, એક વિચિત્ર પ્રકારની શક્તિ જન્મ લેવાની રાહ જોઈ રહી હોય છે."

અમારી વાર્તા ક્યારેય એક સંપૂર્ણ બાળપણ વિશે નહોતી. આ એક ખંડિત બાળપણ વિશે હતી, તે પરિસ્થિતિઓથી નાનું થઈ ગયું જેની અમે ક્યારેય માંગણી નહોતી કરી, તે સ્થિતિઓથી ચકાસાયું જેના અમે ક્યારેય પાત્ર નહોતા. જ્યારે પિતાના દુર્ઘટનાગ્રસ્ત થવાથી તે લકવાગ્રસ્ત થઈ ગયા, તો અમારું જીવન રાતોરાત બદલાઈ ગયું. તે ઘર જે ક્યારેક બેદરકાર હાસ્યથી ગુંજતું હતું, હવે ચિંતાની ધીમી વાતો, ન ચૂકવેલા બિલો, શેલ્ફ પર રાખેલી દવાઓ અને તે અનકહેલા ડરથી ભરાઈ ગયું જેને બાળકો પણ અવગણી નહોતા શકતા.

અમે નાનપણમાં જ જીવનની કઠોરતાના સંપર્કમાં આવવા માટે. તેમ છતાં અમે એવી વાતો સાંભળી જે કોઈ બાળકને ન સાંભળવી જોઈએ. જે લોકોએ સમજ્યું નહીં, કે કદાચ ન સમજવાનો નિર્ણય કર્યો, તેમણે એવી ટિપ્પણીઓ કરી જે તીરોના જેમ ચૂભતી હતી. અમારા પિતાની હાલત વિશે ધીમી વાતો. અમે કેવી રીતે જીવતા રહીશું, આ વિશે સવાલો. સહાનુભૂતિના વેશમાં દયા. દરેક શબ્દ તે તોફાનની યાદ અપાવતો હતો જેમાં અમને મોટા થવા માટે મજબૂર કરવામાં આવ્યા. મારા ભાઈ, મારી બહેન અને મેં તે જખમોને ચૂપચાપ ઢોળ્યા, કારણ કે તેમને પાછા સોંપવાવાળો કોઈ નહોતો.

પરંતુ જીવન તમને તે નથી આપતું જે તમારો હક છે. આ તમને તે આપે છે જેને તમારે સહન કરવાનું છે. અને જોકે અમારું બાળપણ ચોરી થઈ ગયું હતું, અમારી કૃતજ્ઞતાની ભાવના નહીં. અમે દરરોજ ઈશ્વરનો ધન્યવાદ કર્યો કે પા

હજી પણ જીવતા છે. તૂટેલા, હા. પલંગ પર, હા. પણ હાજર. તેમની સ્મિત, ભલે ફીકી હોય, અમારા ખોવાયેલા બધા ધન કરતાં વધુ મૂલ્યવાન હતી.

દુનિયા ભાગ્યે જ ક્યારેય આ નોટિસ કરે છે કે જ્યારે જીવન તોફાન ખૂબ જલ્દી મોકલે છે તો બાળકો કેવી રીતે બદલાઈ જાય છે. અમારી પાસે રમવાની અપેક્ષા હતી, પરંતુ તેના બદલે અમે યોજના બનાવવાનું શીખ્યા. અમારે બેદરકાર હોવું જોઈતું હતું, પરંતુ તેના બદલે અમે ખુદ ચિંતાને ઢોળી.

મારા ભાઈ અને બહેન, વિશેષ રૂપથી, પા અને મોટા પાના દર્પણ બની ગયા. તે હજી પણ ખૂબ નાના હતા, તેમ છતાં મેં તેમને એવા ક્ષણોમાં સ્તંભોની જેમ ઊભેલા જોયા જ્યાં પુખ્ત પણ ડગમગી શકે તેમ હતા. મારો ભાઈ, જેના હાથ ભારે વજન ઉઠાવવા માટે હજી પણ ખૂબ નાના હતા, તેણે ખુદથી ક્યાંય મોટી જવાબદારીઓ ઉઠાવવાનું શીખ્યું. ખવડાવતી વખતે પાનું માથું ધીમેથી તે જ પકડતો હતો. દવાઓ તે જ લાવતો હતો, નાના-મોટા કામ તે જ કરતો હતો, તે લાઈનોમાં ઊભો રહેતો હતો જે મોટા પુરુષો માટે હોવી જોઈતી હતી. તેનું બાળપણ રમકડાંમાં નહીં, પરંતુ કાર્યોમાં માપવામાં આવ્યું.

મારી બહેન પણ ખામોશીમાં બદલાઈ ગઈ. તે ઘરની કોમળ તાકાત બની ગઈ, તે જે જોરથી પ્રાર્થના કરતી હતી જ્યારે અમે બાકીના લોકો પોતાનો ડર છુપાવતા હતા. ક્યારેક-ક્યારેક તે ઈશ્વરથી ધીમેથી કહેતી હતી, "કૃપા કરીને તેમને સુરક્ષિત રાખજો. હું વધુ સારું કરીશ. હું વધુ મજબૂત બનીશ." તેણે બોજ પોતાની પીઠ પર નહીં, પરંતુ પોતાના દિલમાં ઢોળ્યો. અને હું? હું સોળ વર્ષની હતી, પણ મને ખુદને દાયકાઓ મોટી મહેસૂસ થતી હતી. મેં બિલોની ગણતરી કરવી, નુસ્ખાઓ વાંચવા અને એવા નિર્ણય લેવાનું શીખ્યું જે ક્યારેય કિશોર ખભા પર ન પડવા જોઈએ. કિશોર સપનાઓ કે ભટકાવ માટે કોઈ જગ્યા નહોતી. મારો "ક્લાસરૂમ" ખુદ જીવન હતો, અને મારી "પરીક્ષાઓ" દૈનિક અસ્તિત્વ હતી.

અમે ત્રણેયે મળીને અમારા માતા-પિતાની આસપાસ એક ઢાલ બનાવ્યું. સંપૂર્ણ રૂપથી નહીં, હંમેશા બહાદુરીથી નહીં, પરંતુ પૂરી ઈમાનદારીથી. અમે, પોતપોતાની રીતોથી, તાકાતની બીજી પેઢી બની ગયા. જે પા અને મોટા પાએ

ક્યારેય પરિવાર માટે કર્યું હતું, હવે અમે તેની જ નકલ કરવા લાગ્યા, શરૂઆતમાં અનાડી, પણ દરેક પરીક્ષા સાથે મજબૂત થતા ગયા.

માનો જીવન અમને કોઈ મોટી વસ્તુ માટે તૈયાર કરી રહ્યું હતું. અમારા માટે માતા-પિતા બનવું ખુદ જલ્દી આવી ગયું, બાળકોને પાળવામાં નહીં, પરંતુ જવાબદારીઓને પાળવામાં. અને જોકે આ દુઃખદાયક હતું, આણે અમને આ પણ શીખવ્યું કે જીવનમાં બધું જ વાસ્તવમાં સમય પર આવે છે, ભલે સમય અનુચિત લાગે.

કેટલાય દિવસો હતા જ્યારે દુનિયાએ અમને અમારા અંતરની યાદ અપાવી. લોકોએ વાત કરી, ક્યારેક ક્રૂરતાથી, ક્યારેક બેદરકારીથી. અમે એવી વાતો સાંભળી જે કોઈ બાળકને સાંભળવા લાયક નહોતી, અમારા પરિવારના "બોજવાળા" હોવા વિશે, અમારા ભવિષ્યના ક્યારેય ન ચમકવા વિશે. શબ્દો જે કોઈ પણ ઘાવ કરતાં વધુ ઊંડો કાપી શકે તેમ હતા.

અમે તે ફેંસલાઓના લાયક નહોતા. અમે તે લેબલોના લાયક નહોતા. તેમ છતાં અમે તેમને ચૂપચાપ ઢોળ્યા, કારણ કે અમે બીજું શું કરી શકતા હતા? મારા ભાઈ, મારી બહેન અને મેં અવારનવાર એકબીજાને જોયા, અમે બોલ્યા વિના એકબીજાના દર્દને સમજતા હતા. તે શબ્દોએ અમને કઠોર બનાવ્યા, પણ તેમણે અમને યોગ્ય જગ્યાઓ પર નરમ પણ બનાવ્યા. તેમણે અમને શીખવ્યું કે બીજાઓ સાથે તે જ ક્રૂરતા ન કરીએ.

ક્યારેક-ક્યારેક હું વિચારતી હતી કે જો તે એક દુર્ઘટના ક્યારેય ન થતી તો જીવન કેવું હોત. જો પા તે સવારે ૭ સપ્ટેમ્બર ૨૦૧૪ના રોજ ઘરેથી ક્યારેય ન નીકળતા. જો તે તેમજ મજબૂત માણસ બનીને પાછા ફરતા જેમ તે હંમેશા હતા. કદાચ અમારું ઘર અલગ હોત. કદાચ અમારું બાળપણ ઓછી જવાબદારીઓ અને વધુ સાધારણ સપનાઓથી ભરેલું હોત. કદાચ અમારું નાણાકીય જીવન સહેલું, વધુ સ્વતંત્ર, વધુ આરામદાયક હોત.

પણ પછી એક બીજો વિચાર હંમેશા આવતો હતો, મારા ખભા પર એક શાંત કરનારા હાથની જેમ, ઓછામાં ઓછું તે હજી પણ અમારા સાથે છે. ઓછામાં

ઓછું અમે હજી પણ તેમની અવાજ સાંભળી શકીએ છીએ, તેમની સ્મિત જોઈ શકીએ છીએ, તેમની હાજરી મહેસૂસ કરી શકીએ છીએ. તે અહેસાસે બધું બદલી નાખ્યું. જે અભિશાપ હોઈ શકતો હતો, તે એક વિચિત્ર પ્રકારનું વરદાન બની ગયો. અમારા પાસેથી એક પિતા નહોતા છીનવી લેવાયા; અમને તેમનાથી વધુ ગહેરાઈથી પ્રેમ કરવાનો મોકો મળ્યો જેટલો મોટાભાગના બાળકોને ક્યારેય મળે છે.

પૈસાની તંગી હતી, હા. સપનાઓ અવારનવાર સ્થગિત મહેસૂસ થતા હતા. પણ અમારા દિલ હજી પણ ભરેલા હતા, કારણ કે પા જીવતા હતા. અને ક્યારેક-ક્યારેક, અસ્તિત્વ જ સૌથી મોટું વરદાન હોય છે જેને તમે ગણી શકો છો.

આ તે ક્ષણોમાં હતું કે કૃતજ્ઞતાએ ચૂપચાપ દુઃખની જગ્યા લઈ લીધી. અમે શીખ્યા કે જે ખોવાઈ ગયું, તેનો શોક મનાવવાને બદલે જે બચ્યું છે તેને ગણવું સારું છે.

જેમ-જેમ વર્ષો વીત્યા, કંઈક નોંધપાત્ર વસ્તુઓ સામે આવવા લાગી. મારા ભાઈ અને બહેન, જેમને રમત અને હોમવર્કનો પીછો કરનારા બાળકો હોવા જોઈતા હતા, તેમણે એવી જવાબદારીઓ ઉઠાવવાનું શરૂ કરી દીધું જે તેમના નાના ખભા માટે ખૂબ ભારે હતી, તેમ છતાં, તેમણે તેમને શાલીનતાથી નિભાવી.

મારો ભાઈ પોતાની ઉંમર કરતાં ક્યાંય વધારે સુરક્ષાત્મક બની ગયો. તે જાણતો હતો કે કયા બિલ ચૂકવવાના છે, કઈ દવાઓ ખરીદવાની છે, કયા નાના-મોટા કામ રાહ નથી જોઈ શકતા. તેનો અવાજ સ્થિર થઈ ગયો, તેના પગલાં વધુ ઉદ્દેશ્યપૂર્ણ. ક્યારેક-ક્યારેક, જ્યારે પા જોરથી નહોતા બોલી શકતા, તો મારો ભાઈ તેમની અવાજ બની જતો હતો, મેડિકલ કાઉન્ટરો પર ઊભો રહીને, સવાલ પૂછતો, એવા ફેંસલાઓને શાંત મનથી લેતો જે તેની ઉંમરના નહોતા. અને મારી બહેન, તે એક શાંત યોદ્ધામાં વિકસિત થઈ. તેણે પોતાના ધૈર્ય, પોતાની શાંત હાજરી, પોતાની અતૂટ આશાથી ઘરને એકસાથે થામી રાખ્યું. તેણે ક્યારેય બલિદાનોની ફરિયાદ ન કરી. તેના બદલે, તેણે બધાના દિલોને હળવા કરવાની નાની-નાની રીતો શોધી, કાર્ડ બનાવવા, સાધારણ સ્પર્શથી

અમારા ઘરને સજાવવું, પા પાસે ધીમેથી કહેવું, "ચિંતા ન કરશો, અમે બધું સંભાળી લઈશું." તેનું સાહસ શાંત હતું, પણ તે અમારા ઘરની દીવાલોમાં ગુંજતું હતું.

તેઓ પા અને મોટા પાનું બીજું સંસ્કરણ બની ગયા, એટલે મજબૂત નહીં કે તે બનવા માંગતા હતા, પરંતુ એટલા માટે કે જીવનએ તેની માંગણી કરી હતી. અને કોઈક રીતે, તેમણે કોઈપણ ખચકાટ વિના તે માંગણીનો જવાબ આપ્યો.

હું અવારનવાર હવે તેમને જોઉં છું અને વિચારું છું: જો તે આટલી નાની ઉંમરે અમારા પરિવારને થામી શકે છે, તો વિચારો પુખ્ત તરીકે તે કેવા પ્રકારના મહાન બનશે. તેમણે પહેલાં જ સાબિત કરી દીધું છે કે તાકાત માંસપેશીઓમાં નથી, પરંતુ બંને હાથોથી પ્રેમને ઢોળવામાં છે.

અને મને કંઈક બીજું પણ અહેસાસ થયું, માતા-પિતા બનવું હંમેશા સમય પર આવે છે. જીવન તમને તે પિતા નથી આપી શકતું જે પાર્કમાં તમારા બાજુમાં દોડે છે, પણ આ તમને એક ભાઈ આપી શકે છે જે ઢાલની જેમ ઊભો થાય છે. આ તમને તે મા નથી આપી શકતી જે આરામ કરી શકે, પણ આ તમને એક બહેન આપી શકે છે જે તેમનું બીજું દિલની ધડકન બની જાય છે. કોઈક રીતે, જીવન હંમેશા પ્રદાન કરે છે, તે રીતે નહીં જેની તમે અપેક્ષા કરો છો, પરંતુ તે રીતે જેની તમને જરૂર હોય છે.

અમારી વાર્તા તેનો પ્રમાણ છે.

અમે એવા શબ્દો સાંભળ્યા જેના અમે હકદાર નહોતા, એવા નિર્ણયો સહન કર્યા જેનો અમને ક્યારેય સામનો ન કરવો જોઈતો હતો. કેટલાકને સંદેહ હતો. કેટલાકને દયા આવી. તે શબ્દો કોઈ પણ નાણાકીય સંઘર્ષ કરતાં વધુ ઊંડો કાપ મૂકતા હતા. તેમ છતાં પણ, અમે ઊભા રહ્યા. અમે ઊભા રહ્યા કારણ કે પા હજી પણ અમારા સાથે હતા. તેમના શ્વાસ, તેમનો અવાજ, તેમની સ્મિત, દર્દમાં પણ, તે દરેક વસ્તુ કરતાં મોટો આશીર્વાદ હતા જે અમે ખોઈ દીધી હતી.

કદાચ આ જ સૌથી મોટી સચ્ચાઈ છે જે અમે શોધી: જ્યારે તમારી પાસેથી તે છીનવી લેવામાં આવે છે જેને દુનિયા "સામાન્ય" કહે છે, તો તમે તે જોવાનું શરૂ

કરી દો છો જે ખરેખર મહત્વ રાખે છે. અમારી પાસે કોઈ વિલાસિતા નહોતી, મુશ્કેલીથી કોઈ સ્વતંત્રતા નહોતી, પરંતુ અમારી પાસે પા જીવતા હતા, અને ફક્ત આ જ અસીમ ધન હતું.

હવે, જ્યારે હું મારા ભાઈ અને બહેનને જોઉં છું, તો મને એક આગ દેખાય છે જેને ખુદ જીવનએ સળગાવી છે. તે યુવા આત્માઓમાં વિકસિત થઈ ગયા છે જે એક આખા પરિવારને પોતાના ખભા પર થામી શકે છે, જે રીતે પા અને મોટા પાએ ક્યારેય અમને બધાને થામ્યા હતા. તે આ વાતનો પ્રમાણ છે કે સંઘર્ષ નિર્દોષતાનો અંત નથી, આ તાકાતની શરૂઆત છે. અને હું? હું આ બધું પોતાના દિલમાં રાખું છું, ખંડિત બાળપણ, ચોરાયેલી સહેલાઈ, પરંતુ આ જાણવાની ભેટ પણ કે સૌથી કઠોર તોફાનોમાં પણ, અમને ક્યારેય ખરેખર ત્યજી દેવામાં આવ્યા નહોતા.

કારણ કે અંતમાં, અમારી વાર્તા આના વિશે નથી કે અમે શું ખોયું. આના વિશે છે કે અમે શું બન્યા.

અમે બાળકો હતા જે યોદ્ધા બની ગયા. અમે ભાઈ-બહેન હતા જે સ્તંભ બની ગયા. અમે એક પરિવાર હતા જેણે જખમોને જ્ઞાનમાં બદલી દીધા. અને કદાચ, બસ કદાચ, આ જ તે છે જે દુનિયાને શીખવાની જરૂર છે: ક્યારેક-ક્યારેક સૌથી કઠિન બાળપણ સૌથી મજબૂત વિરાસતો બનાવે છે.

આજે પણ, જ્યારે હું અમેરિકામાં દૂર બેઠેલી છું, મારી દરેક શ્વાસ હજી પણ તેમના સાથે બંધાયેલી મહેસૂસ થાય છે. હું સમુદ્રોના પાર રહી શકું છું, પરંતુ મારું દિલ મારા પરિવારની સાથે તાલમેલ બેસાડે છે. અહીંની દરેક સવાર તેમના વિચારથી શરૂ થાય છે, અને દરેક રાત આ કૃતજ્ઞતાની સાથે સમાપ્ત થાય છે કે તે એકબીજાને તેમજ થામી રહ્યા છે જેમ પા અને મોટા પાએ ક્યારેય અમને બધાને થામ્યા હતા. તે હવે આર્થિક રીતે સ્વતંત્ર છે. મારા ભાઈએ, પોતાના હાથોથી, પાના ખાનપાનના વ્યવસાયને આગળ વધારતાની સાથે જમીનથી એક નવો વ્યવસાય ઊભો કર્યો છે, ન ફક્ત આજીવિકાના રૂપમાં, પરંતુ એક વિરાસતના રૂપમાં. મારી બહેન એક બહાદુર આત્મામાં મોટી થઈ છે, કોઈ એવી

જે શાંત તાકાતની સાથે જવાબદારીઓ ઉઠાવી શકે છે. અને મારી મા, હજી પણ કરોડરજ્જુ છે, અમને જોડી રાખે છે, ભલે હું દુનિયામાં ક્યાંય પણ છું.

ઈમાનદારીથી કહું તો, આ બધું સહેલું નથી રહ્યું. દરેક સ્મિતની પાછળ બલિદાન છુપાયેલું છે. દરેક સફળતાની પાછળ ઊંઘ વિનાની રાતો છે. તેમ છતાં પણ, તેમણે મને, અને દુનિયાને, બતાવ્યું છે કે જીવન કેટલું પણ ભારે કેમ ન થઈ જાય, તમારે ક્યારેય પણ એકબીજાનો હાથ ન છોડવો જોઈએ.

અમારી વાર્તાથી દરેક કોઈ આ શીખી શકે છે: પોતાની કઠિનાઈઓને તમને કડવા ન બનવા દે. પરિસ્થિતિઓને તમને વિભાજિત ન કરવા દે. દરરોજ એક અવસર છે, પોતાના પરિવારને વધુ કસીને થામવાનો, એકબીજાને યાદ અપાવવાનો કે દરેક તોફાનના અંતમાં, એકમાત્ર આશ્રય જે તમારી પાસે ખરેખર હશે, તે તે લોકો છે જે તમને પ્રેમ કરે છે. અને સૌથી ઉપર, વિશ્વાસ કરો. પોતાના પરિવારમાં વિશ્વાસ કરો. જ્યારે તમારી તાકાત જતી રહે તો તેમની તાકાતમાં વિશ્વાસ કરો. જ્યારે બાકી બધું નિષ્ફળ થઈ જાય તો એકસાથે હોવાની શક્તિમાં વિશ્વાસ કરો. કારણ કે સચ્ચાઈ સરળ પણ શાશ્વત છે: દુનિયા તમને ભૂલી શકે છે, દોસ્ત તમને છોડી શકે છે, ધન લુપ્ત થઈ શકે છે, પરંતુ પરિવાર હંમેશા રહેશે.

આ જ અમારી વિરાસત છે. આ જ અમારી વસિયત છે. અને આ જ અમારું અતૂટ સત્ય છે.

***

ઉપસંહાર: અને આ રીતે, અમે આગળ વધીએ છીએ...

જેમ જ હું આ પુસ્તક પર અંતિમ વિરામ મૂકું છું, મને એક વાતનો અહેસાસ થાય છે: વાર્તાઓ ક્યારેય ખરેખર સમાપ્ત નથી થતી. તે તે રીતે જીવંત રહે છે જે રીતે અમે તેમને ઢોળીએ છીએ, જે રીતે તે અમને બદલે છે.

મારા પરિવારની યાત્રા પૂર, દુર્ઘટનાઓ, બીમારીઓ, વિશ્વાસઘાત અને અંતહીન પરીક્ષાઓથી ભરેલી રહી છે. પણ આ પ્રાર્થનાઓ, હાસ્ય, અસ્તિત્વ અને તે પ્રેમની યાત્રા પણ રહી છે જેણે સાથ છોડવાથી ઇનકાર કરી દીધો.

જો તમે આ પાનાઓમાંથી ફક્ત એક પાઠ લો છો, તો તે આ હોય: પરિવાર આરામથી પરિભાષિત નથી થતો આ પ્રતિબદ્ધતાથી પરિભાષિત થાય છે. જ્યારે દુનિયા વેરવિખેર થઈ જાય છે, તો તમને દૌલત, પદ કે તાળીઓની જરૂર નથી હોતી. તમને બસ એકબીજાની જરૂર હોય છે.

અને જ્યારે તમારી પાસે તે હોય છે, તો તમારી પાસે બધું જ હોય છે.

તો, પ્રિય વાચક, તમારા માટે હું આ અંતિમ વિચાર છોડું છું:

જ્યારે જીવન તમને ચકાસે, તો આ ન પૂછો "હું જ કેમ?" તેના બદલે પૂછો, "હું કોને થામી શકું છું, અને હું કોને સહારો આપી શકું છું?" કારણ કે દરેક તોફાનના અંતમાં, જે એકમાત્ર આશ્રય ટકે છે, તે પ્રેમ છે.

કાગળ પર અમારી વાર્તા પૂરી થઈ પણ જીવનમાં, આ ચાલુ છે. દરેક ધીમેથી કહેવાયેલી પ્રાર્થનામાં, દરેક વહેંચાયેલા ભોજનમાં, ચૂપચાપ અને ઓળખ વિના કરાયેલા દરેક બલિદાનમાં.

અને કદાચ, બસ કદાચ, જ્યારે તમે આ પુસ્તકને બંધ કરશો, તો તમે પોતાના પરિવાર માટે પોતાની બાહુઓ થોડી વધુ ખોલશો. કારણ કે કોઈ પણ વસ્તુ કરતાં વધુ, આ જ તે સાચી વિરાસત છે જેને અમે પાછળ છોડવા માંગતા હતા.

***

ધન્યવાદ જ્ઞાપન

આ પુસ્તક ફક્ત મારી નથી, આ દરેક તે આત્માની છે જે અમારી બાજુમાં ચાલી જ્યારે જીવનએ અમને ઘૂંટણ પર લાવવાની કોશિશ કરી.

મારા પરિવારને, પા, મોટા પા, મા, મોટી મા, મારા ભાઈ, મારી બહેન અને મારા દાદા-દાદી, તમે દરેક પૃષ્ઠની દિલની ધડકન છો. તમારો પ્રેમ, તમારા બલિદાન, આંસુઓની વચ્ચે તમારું હાસ્ય જ કારણ છે કે આ શબ્દો અસ્તિત્વમાં છે.

મારા વિસ્તૃત પરિવારને, મારી માની બહેનો, મારા પિતાના પિતરાઈ ભાઈઓ, અને દરેક તે સંબંધીને જે અમારી સૌથી કાળી રાતોમાં આગળ વધ્યા, આ સાબિત કરવા માટે આભાર કે પ્રેમની કોઈ શરત નથી હોતી. તમે મને યાદ અપાવ્યું કે પરિવાર માત્ર તે નથી જ્યાં તમે જન્મ લો છો, પરંતુ તે છે જે તોફાન આવવા પર સામે આવે છે.

અને આ પુસ્તકને થામી રહેલા દરેક વાચકને, આભાર. અમારા ઘરમાં પગ મૂકવા માટે, અમારા દર્દ સાથે બેસવા માટે, અને અમારી આશાનું જશ્ન મનાવવા માટે આભાર. જો આ પ્રકરણ તમને પોતાના લોકોને નજીક રાખવા, ઝડપથી માફ કરવા અને વિના ખચકાટ પ્રેમ કરવાની યાદ અપાવે છે, તો આ પુસ્તકે પોતાનું કામ કરી દીધું છે.

***

લેખિકા પરિચય

હિનાલી દુધાણે એક સિવિલ એન્જિનિયર છે, જેમનું જીવન દૃઢતા, જવાબદારી અને ઊંડા પારિવારિક મૂલ્યોથી ઘડાયું છે. ભારતમાં જન્મેલા અને હાલમાં સંયુક્ત રાજ્ય અમેરિકામાં પોતાની કારકિર્દીને આગળ વધારી રહેલા હિનાલી, પોતાના સાંસ્કૃતિક મૂળને ગર્વ સાથે જાળવી રાખે છે, અને દૃઢ નિશ્ચય સાથે આગળ વધી રહ્યા છે.

(Two Shadows, One Light) તેમની પહેલી પુસ્તક છે, અને આ પુસ્તકનું ગુજરાતી શીર્ષક 'શાંત સાહસના પડઘા' અને હિન્દી આવૃત્તિ **'दो परछाइयाँ, एक रोशनी'** પણ ઉપલબ્ધ છે. જે તેમના પિતા અને તેમના ભાઈ માટે એક અર્પણ છે, જેમની શક્તિ અને એકતા હિનાલીના જીવનનો પાયો બની. આ પુસ્તક દ્વારા, તેમની આશા છે કે તેઓ વાચકોને પરિવારના મૂલ્યને સમજવા, આશાને અપનાવવા, અને મુશ્કેલીઓને શાલીનતાથી પાર કરવા માટે પ્રેરિત કરી શકશે.

***

લેખિકાની નોંધ

કેટલીક પુસ્તકો શાહીથી લખાય છે. આ વાળી લોહીના સંબંધ, બલિદાન અને બે ભાઈઓના શાંત સાહસથી લખાઈ છે, જેમણે આખા પરિવાર પર આકાશ થામી રાખ્યું જેથી અમે બાકીના લોકો ઊભા રહી શકીએ.

મેં આ વાર્તા એક લેખિકાના તરીકે નથી લખી. મેં આને એક પુત્રી, સાક્ષી તરીકે લખી. કોઈક એવી વ્યક્તિના તરીકે જેણે બે સાધારણ પુરુષોને અસાધારણ જીવન જીવતા જોયા અને મારું દિલ હવે અને બધું સંભાળી નહોતું રહ્યું જ્યાં સુધી આને ક્યાંક સુરક્ષિત ન રાખી દેવામાં આવે. અને મારા માટે, સૌથી સુરક્ષિત જગ્યા કાગળ હતી.

આ પુસ્તકમાં કોઈ કલ્પના નથી, કોઈ ફિલ્ટર નથી; આ એક એવા પરિવારનો ભાર રાખે છે જે ઝુક્યો તો ખરો, પણ ક્યારેય તૂટ્યો નહીં. મારા પા, જેમણે પોતાના પગનો ઉપયોગ ખોઈ દીધો, પણ પોતાની આત્માની આગ ક્યારેય ન ખોઈ. મારા મોટા પા, જે છત બની ગયા જેની નીચે અમે બધા જીવતા રહ્યા. અને હું તે છોકરી જેણે આ બધું પોતાના દિલમાં ત્યાં સુધી ઢોળ્યું જ્યાં સુધી આ પાનાઓના રૂપમાં બહાર ન નીકળી આવ્યું.

મેં આ પુસ્તક સંયુક્ત રાજ્ય અમેરિકામાં શરૂ કરી, જ્યાં હું માસ્ટર ડિગ્રી માટે આવી હતી. આજે, હું એક સિવિલ એન્જિનિયર તરીકે કામ કરું છું એક નવી દુનિયા, એક નવો પ્રકરણ. પણ મારા મૂળ, મારો પાયો એ હંમેશા તે જ રહેશે.

જો આ પુસ્તકે તમારા દિલને સ્પર્શ્યું છે, તો હું ઈચ્છું છું કે તમે જાણો મારી વાર્તા અહીંયા સમાપ્ત નથી થતી. મેં એક સુંદર યાત્રા જીવી છે. જો જીવનએ અનુમતિ આપી, તો હું બીજી પુસ્તક લખીશ. એક નવો મોસમ. નવા પાઠ. તે જાદુ વિશે, જેણે મને આકાર આપ્યો.

પણ હમણાં માટે, હું તમને અહીંયા જ છોડું છું.

કૃતજ્ઞતાની સાથે.

આંસુઓની સાથે.

તે બે પુરુષોની યાદોની સાથે જેમણે માત્ર એક પરિવાર નહોતું પાળ્યું...

તેમણે આકાશ થામી રાખ્યું.

સપ્રેમ, હિનાલી દૂધાણે

(બે સ્તંભોની પુત્રી)

***